काटा रुते
कुणाला

D9900033

सानिया

Copyright © Saniya
All Rights Reserved.

This book has been self-published with all reasonable efforts taken
to make the material error-free by the author. No part of this
book shall be used, reproduced in any manner whatsoever without
written permission from the author, except in the case of brief
quotations embodied in critical articles and reviews.

The Author of this book is solely responsible and liable for its
content including but not limited to the views, representations,
descriptions, statements, information, opinions and references
["Content"]. The Content of this book shall not constitute or be
construed or deemed to reflect the opinion or expression of the
Publisher or Editor. Neither the Publisher nor Editor endorse or
approve the Content of this book or guarantee the reliability,
accuracy or completeness of the Content published herein and do
not make any representations or warranties of any kind, express
or implied, including but not limited to the implied warranties of
merchantability, fitness for a particular purpose. The Publisher and
Editor shall not be liable whatsoever for any errors, omissions,
whether such errors or omissions result from negligence, accident,
or any other cause or claims for loss or damages of any kind,
including without limitation, indirect or consequential loss or
damage arising out of use, inability to use, or about the reliability,
accuracy or sufficiency of the information contained in this book.

Made with ❤ on the Notion Press Platform
www.notionpress.com

आई, बाबा आणि गुरूंना समर्पित...

अनुक्रमणिका

अनुक्रमणिका

1

रात्रीची वेळ होती. ती एकटीच खिडकीतून बाहेर बघत बसली होती. बाहेर झिमझिम पाऊस पडत होता. मधेच येणाऱ्या वाऱ्याच्या झुळकेवर तिच्या काळ्या मुलायम केसांच्या बटा उडत होत्या. तिच्या मनात याक्षणी असंख्य विचारांनी गर्दी केली होती. ती खूप अस्वस्थ होती. तिने एकदा मागे वळून बेडवर शांतपणे झोपलेल्या तिच्या पाच वर्षांच्या अयानकडे पाहिलं.

"अयान, मम्मा उद्या तिच्या आयुष्यातला सर्वात मोठा निर्णय घेणार आहे. असा निर्णय, जो तुला माझ्यापासून दूर करेल. पण हा जो निर्णय मम्मा घेणार आहे, तो तुझ्यासाठी, तुझ्या उज्जवल भविष्यासाठीच आहे." तिच्या डोळ्यात अश्रू जमा झाले होते. तिने त्या अश्रूंना वाट करून दिली.

दुसऱ्या दिवशी सकाळी एक बीएमडब्ल्यू कार देशमुख इंडस्ट्रीझ ऑफिससमोर येऊन उभी राहिली. ड्रायव्हर ने दरवाजा उघडल्यावर त्या कारमधून एक उंच, राजबिंडा, सूट -बूट घातलेला तरुण एकदम स्टाईलमध्ये खाली उतरला. त्याने त्याच्या डोळ्यावर गॉगल लावला होता. त्याची चालण्याचीही एक वेगळी स्टाईल होती. बुटांचा टकटक आवाज करत तो ऑफिसच्या आत आला. तो जसजसा पुढे येत होता प्रत्येक स्टाफ मेम्बर त्याला "गुड मॉर्निंग सर" म्हणत होते. तो प्रत्येकाकडे बघत हसून मान हलवत होता.

चालत चालत तो त्याच्या केबिनमध्ये पोहचला. केबिनच्या आत आल्यावर त्याने डोळ्यावरचा गॉगल काढून टेबलावर ठेवला. त्याचे

ब्लेझर खुर्चीवर टाकले. शर्टाच्या बाह्या कोपरापर्यंत दुमडून घेत तो त्याच्या खुर्चीत बसला. खुर्चीत बसल्यावर त्याने त्याच्या केबिनमधल्या लँडलाईन वरून एक फोन लावला.

"हॅलो, ती कधी येणार आहे?" "

"सर, त्या आता येतच असतील. मी त्यांना दहा वाजता यायला सांगितलं होतं."

"ओके. आणि मी जे पेपर्स तयार ठेवायला सांगितले होते तयार आहेत ना?"

"येस सर."

"ओके. ती आली की लगेच तिला माझ्या केबिनमध्ये पाठवून द्या."

"येस सर."

फोन कट झाला. तेव्हाच पुन्हा त्याचा मोबाईल वाजला. त्याने उचलला.

"हॅलो."

"कैवल्य, व्हेअर आर युsss?" समोरून एका मुलीने किंचाळत विचारलं.

त्याने तोंड वेडंवाकडं करत लगेच मोबाईल आपल्या कानापासून लांब नेला."ओह गॉड! किती किंचाळते ही मुलगी." तो वैतागून स्वतःशीच पुटपुटला.

"कैवल्य, आर यु लिसनिंग मी?"

"येस."

"मी विचारलं, तू कुठे आहेस?"

"यावेळेस नेहमी मी कुठे असतो? ऑफकोर्स ऑफिसमध्ये." तो टेबलावर ठेवलेल्या पेपर वेटला गोल गोल फिरवत म्हणाला

"व्हॉट? तू आज मला न भेटता ऑफिसमध्ये गेलास?"

"हो. तुला माहीत आहे ना, आज किती इम्पॉरटंट काम आहे माझं."

ती मध्ये थोडं थांबून म्हणाली,"ओह, येस! घेतल्या का सिग्नेचर तिच्या?"

"अजून ती आली नाही. मी तिचीच वाट पाहतोय."

"ओके. ऑल द बेस्ट." ती मुलगी हसून म्हणाली.

"थँक्स बेब्स." त्याने तिला फ्लाईंग किस देऊन फोन कट केला.

कैवल्य देशमुख, देशमुख इंडस्ट्रीझचा मालक. वय वर्ष अठ्ठावीस(२८). हँडसम, रंगाने गोरापान, सुदृढ शरीरयष्टी, व्यवस्थित भांग पाडलेले काळे केस आणि काळेभोर डोळे.

ती तयार होऊन घरातून निघत होती. तिच्या छोट्या अयान ला असं सोडून जायला तिचं मन तयार होत नव्हतं. पण तिच्यापुढे काहीच पर्याय नव्हता.

"अयान, बच्चा इथे ये."

अयान लगेच धावत तिच्याजवळ आला आणि त्याने आपल्या बोबड्या भाषेत विचारलं,"काय झालं मम्मा?"

"अयान, मम्माला ना एक खूप महत्त्वाचं काम करायला जायचं आहे. मम्मा आता काही दिवस घरी येणार नाही." ती त्याच्याजवळ खाली बसत त्याच्या गालावर हात ठेवून म्हणाली.

"किती दिवस येणार नाही?" त्याने मान वाकडी करत विचारलं.

"ते मी आता नाही सांगू शकत बच्चा."

"मी पण येऊ तुझ्याबरोबर?"

"नाही अयान. तुला आता तुझ्या आजीबरोबर रहायचं आहे. तिला अजिबात त्रास देऊ नकोस. ओके?" तिने त्याच्या दोन्ही गालावर हात ठेवत विचारलं.

त्याने उदास होऊन फक्त मान हलवली. तिने त्याला घट्ट मिठी मारली.

"अयान, आय विल मिस यु बच्चा." तिने त्याच्या दोन्ही गालावर, दोन्ही कानावर, कपाळावर आपले ओठ टेकवले.

"आय मिस यु तू." तो त्याच्या तोडक्या मोडक्या इंग्लिशमध्ये बोबड्या स्वरात म्हणाला.

अयानची आजी म्हणजे अयानच्या मम्माची आई तिथे उभं राहून सगळं बघत होती. तिच्या डोळ्यातही अश्रू जमा झाले होते. आपली मुलगी आपल्यापासून दूर जात आहे आणि पुन्हा कधी येईल हे तिला माहीत नव्हतं.

"हर्षु, तू नीट विचार करून हा निर्णय घेतला आहेस ना?" तिच्या आई ने विचारलं

तिने तिच्या आईकडे बघितलं आणि मग ती हलकेच हसून म्हणाली,"हो आई. अयानच्या भविष्यासाठी मला हे करावंच लागेल."

"याव्यतिरिक्त दुसरा कोणताच पर्याय नाहीये का?"

"असता तर मी तो नसता का निवडला? पण नाहीये दुसरा पर्याय."

"सांभाळून जा आणि स्वतःची काळजी घे. फोन करत जा." तिची आई म्हणाली

"हो आई."

हर्षिता सोनावणे, मिडलक्लास फॅमिलीमधली मुलगी. वय वर्ष सव्वीस. सुंदर, रंगाने निमगोरी, नाजूक शरीरयष्टी, काळे मुलायम केस, गुलाबी ओठ आणि बोलके डोळे. तिचे डोळे तिच्या मनातले भाव व्यक्त करायचे.

हर्षिता ने तिच्या आईला मिठी मारली. तिच्या आईने जड अंतकरणाने आणि भरल्या डोळ्याने आपल्या मुलीला निरोप दिला. छोट्या अयान ने आजीजवळ उभा राहून हात हलवत तिला निरोप दिला. ती घरातून बाहेर पडली.

2

हर्षिता थोडी बिचकत ऑफिसमध्ये आली. ती आजूबाजूला नजर फिरवत कोणाला तरी शोधत होती. तेवढ्यात कैवल्यच्या पीए ने तिला आलेलं पाहिलं. त्याबरोबर तो तिच्याजवळ आला. त्याला पाहून ती किंचित हसली. कारण ती त्याला ओळखत होती.

"हॅलो मॅम, सर तुमचीच वाट पाहत आहेत." तो म्हणाला

"हं. कुठे आहे त्यांची केबिन?" तिने विचारलं

"या मी दाखवतो."

असं म्हणून तो तिला कैवल्यच्या केबिनजवळ घेऊन गेला.

"ही आहे सरांची केबिन." तो म्हणाला

"ओके थँक्स."

"ओके मॅम."

एवढं बोलून तो निघून गेला. तिने डोळे बंद करून एक दीर्घ श्वास घेतला. मग डोळे उघडून केबिनचे दार अर्धे उघडत हळूच विचारलं,

"मे आय कम इन?"

"येस." कैवल्य पाठमोरा उभा राहून फोनवर बोलत असताना म्हणाला

ती हळूच केबिनच्या आत आली. आत येऊन तिने पूर्ण केबिनवर एक नजर फिरवली. केबिनमध्ये तिची नजर भिंतीवर लावलेल्या एका मोठ्या फोटो फ्रेमवर गेली. त्या फ्रेममध्ये एका छोट्या मुला- मुलीचा हसरा फोटो होता. त्या मुलाने त्या मुलीच्या खांद्यावर आपला डावा हात ठेवला होता आणि उजव्या हाताने त्याने त्या मुलीचा गाल ओढला होता.

त्या मुलीने आपल्या दोन्ही हातानी त्या मुलाच्या कंबरेला घट्ट पकडलं होतं.

हर्षिता बऱ्याचवेळ त्या फोटोकडे एकटक बघत होती. तेवढ्यात कैवल्य ने मागे वळून हर्षिताकडे पाहिलं. तिचं अजूनही समोर लक्ष नव्हतं. त्याने एकदा तिच्याकडे पाहून मग त्या फोटोफ्रेमकडे पाहिलं. मग परत तिच्याकडे पाहून त्याने जोरात आपला घसा खांकरला.

"उहम्मsss!"

हर्षिता ने एकदम दचकून समोर कैवल्यकडे पाहिलं. तो हाताची घडी घालून तिच्याकडे रागाने बघत होता. ती त्याचा तो रागीट चेहरा बघून घाबरली.

"सॉ...सॉरी...ते मी.." ती गडबडली

"मिस हर्षिता सोनावणे, राईट?" त्याने त्याच्या खुर्चीत बसत विचारलं

"हो." ती हळूच म्हणाली

"हम्म! सीट." तो त्याच्या समोरच्या खुर्चीकडे हाताने इशारा करून म्हणाला

ती हळूच पुढे येऊन स्वतःला सावरून खुर्चीत बसली. तो तिचे बारकाईने निरीक्षण करत होता. तो दोन्ही हाताने पेनाची टोकं पकडून, ते पेन फिरवत तिच्याकडे कपाळावर आठ्या घालून पाहत होता. त्याच्या अश्या पाहण्यामुळे तिला अवघडल्यासारखे वाटत होते.

त्याने तिच्याकडे पाहतच टेबलाच्या ड्रॉवरमधून काही पेपर्स बाहेर काढले आणि तिच्यासमोर फेकले. त्याच्या हातातले पेन देखील त्याने त्या पेपर्स वर भिरकावले.

"साईन ईट फास्ट!" तो त्याच्या भारदस्त आवाजात म्हणाला

ती त्या पेपर्सकडे गोंधळून पाहायला लागली.

"हे..कसले पेपर्स आहेत?" तिने चाचरत विचारलं

"कॉंट्रॅक्ट पेपर्स."

"कॉंट्रॅक्ट? कसले कॉंट्रॅक्ट?" तिने न समजून विचारलं

"तुला माझ्या पीए आशुतोष ने काही सांगितलं नाही का?" त्याने तिच्यावर नजर रोखत विचारलं

"नाही. म्हणजे..सांगितलं होतं, पण ते कॉंट्रॅक्ट विषयी काहीच बोलले नाहीत."

"व्हॉट? याचा अर्थ तुला या कॉंट्रॅक्ट विषयी काहीच माहीत नाही?"

"नाही."

"डॅम ईट!" त्याने टेबलावर जोरात मूठ आपटली

हर्षिता दचकली.

"वेल, तू यावर साइन कर. मी तुला नंतर सांगतो सगळं." तो म्हणाला

"पण..."

"पण काय?"

"मी पेपर्स न वाचता साइन कशी करू?"

"मी सांगतोय म्हणून कर. तुला माझ्यावर विश्वास ठेवावा लागेल."

तिने थोड्यावेळ विचार केला.

"नाही. साइन करायच्या आधी तुम्ही मला थोडक्यात सांगा या पेपर्स वर काय लिहिलं आहे?"

कैवल्य वैतागला.

"तुला एकदा सांगितलेलं कळत नाही का? मी म्हटलं ना, सांगतो म्हणून." तो ओरडला

"मग सांगा ना. तुम्ही सांगितल्याशिवाय मी साइन करणार नाही." ती ठामपणे म्हणाली

"ओके फाईन. तुला हे तर माहीत असेल, तुझे बाबा माझ्या डॅडचे खूप जवळचे मित्र होते. तुझ्या आणि माझ्या फॅमिलीचे एकेकाळी घनिष्ठ संबंध होते. "

"हो."

"हम्म! तुझं लग्न माझ्याबरोबर व्हावं, असं तुझ्या बाबांनी आणि माझ्या डॅडनी ठरवलं होतं. तेव्हा आपण लहान होतो, पण आपण मोठे झाल्यावर सगळंच बदललं."

"हो. माझं एका मुलावर प्रेम होतं, मी त्याच्याशी लग्न केलं. याचा बाबांना चांगलाच शॉक बसला. त्या शॉकने हार्ट अटॅक येऊन ते आम्हाला कायमचे सोडून गेले. आणि लग्नाच्या दोन वर्षांनी मी प्रेग्नेंट असताना माझा नवरा एका कार एक्सिडेंटमध्ये गेला." तिच्या डोळ्यात पाणी आलं

पण तिने ते लगेच पुसलं

"येस. आणि तुझे बाबा गेल्याच समजल्यावर माझ्या डॅडना शॉक बसला. तो शॉक एवढा मोठा होता की, त्यात त्यांची वाणी गेली. त्यांच्यावर आम्ही खूप उपचार केले. अजूनही उपचार चालूच आहेत.पण त्या उपचारांना डॅड काहीच रिस्पॉन्स देत नाहीत. या गोष्टीला आता आठ वर्ष झाली. अजूनही ते एकही शब्द बोलले नाहीत."

हे सांगताना त्याचे डोळे पाण्याने भरले होते. त्याने डोळे मिटले त्याबरोबर ते पाणी त्याच्या गालावर ओघळले. त्याने जोरात श्वास घेऊन डोळ्यात आलेले पाणी पुसले. तिच्याही डोळ्याच्या कडा ओल्या झाल्या होत्या.

"काही दिवसापूर्वी डॉक्टर मला म्हणाले, डॅड पुन्हा बोलू शकतील; पण त्यासाठी असं काही करावं लागेल, जे त्यांना व्हावं असं मनापासून वाटत होतं. त्यांचं एखादं असं स्वप्न पूर्ण करावं लागेल, जे काही कारणास्तव पूर्ण होऊ शकलं नाही. तेव्हा माझी मॉम मला म्हणाली, माझे डॅड आणि तुझ्या बाबांचं एकच स्वप्न होतं, ते म्हणजे तुझं आणि माझं लग्न. म्हणून मी माझ्या पीए आणि अजूनही काही माणसांना तुझा शोध घ्यायला सांगितलं. कारण, तुझे बाबा गेल्यानंतर आमचा तुझ्याशी किंवा तुझ्या घरच्यांशी काहीच संबंध उरला नाही. तू कुठे आहेस, हे आम्हाला माहीत नव्हतं. आमचं नशीब चांगलं होतं, म्हणून तू लवकर सापडलीस."

"हो. मला आई ने सांगितली होती ही गोष्ट. बाबा नेहमी म्हणायचे, माझ्या हर्षुचं लग्न करीन, तर फक्त किश्याच्या मुलाशी."

कैवल्य हसला.

"किश्या, किशोर देशमुख, माझे डॅड."

"हे सगळं तर मला माहीत होतं, पण हे पेपर्स कोणत्या कॉंट्रॅक्टचे आहेत, ते तुम्ही सांगितलं नाही."

"हे आपल्या लग्नाचे कॉंट्रॅक्ट पेपर्स आहेत."

"लग्नाचे कॉंट्रॅक्ट? म्हणजे?" तिने न समजून विचारलं

"म्हणजे..." तो खुर्चीतून उठून उभा राहिला

"आपलं लग्न तर होईल, पण ते कायमस्वरूपी नसेल. डॅड पूर्ण बरे होऊन पुन्हा बोलायला लागले की, मी तुला डिव्होर्स देईन. कारण, माझं एका मुलीवर प्रेम आहे. मला खरं तर तिच्याशी लग्न करायचं होतं, पण आता डॅडसाठी मला तुझ्याशी लग्न करावं लागेल. थोडक्यात सांगायचं झालं, तर आपलं लग्न हे एक कॉंट्रॅक्ट मॅरेज असेल. गॉट ईट?" त्याने एकदा हर्षिताकडे पाहिलं

हर्षिता ला त्याचं बोलणं ऐकून चांगलाच धक्का बसला होता. पण ती यावर काहीच बोलू शकली नाही. तिने चूप राहून फक्त मान हलवली.

"गुड. अँड येस, तुला याआधी सांगितलं होतं ना, त्याप्रमाणे दर महिन्याला पैसे मिळतील. ते पैसे तू तुझ्या आईला पाठवू शकतेस. मी तुला माझी मदत करण्यासाठी तुझी नोकरी सोडायला लावली, त्यामुळे तुला तुझ्या मुलाच्या भविष्याची काळजी वाटत होती ना?

"हो."

"हम्म! म्हणूनच मी आशुतोष ला तुला सांगायला सांगितलं की, तुला त्याच्या भविष्याची काळजी करायची काही आवश्यकता नाही. त्याच्या शिक्षणाची आणि भविष्याची सगळी जबाबदारी मी घेईन. जोपर्यंत तू माझी बायको असशील. एकदा मी तुला डिव्होर्स दिला की, मग तू पुन्हा नोकरी करू शकतेस."

ती यावर काहीच बोलली नाही. फक्त किंचित हसून तिने मान हलवली.

"आता तर साइन करशील ना?"

"हम्म."

हर्षिता ने कॉंट्रॅक्ट पेपर्स वर साइन करून ते पेपर्स कैवल्यकडे दिले. कैवल्य ने ते सगळे पेपर्स नीट चेक केले.

"हम्म! ओके."

हर्षिता ने पुन्हा एकदा त्या फोटोफ्रेमकडे बघितलं. कैवल्य ने ते पेपर्स परत टेबलाच्या ड्रॉवरमध्ये ठेऊन हर्षिताकडे पाहिलं. ती अजूनही त्या फ्रेमकडे बघत होती.

"एवढा आवडला का हा फोटो तुला?" त्याने कंबरेत वाकून टेबलावर दोन्ही हाताचे पंजे ठेवून हर्षिताच्या जवळ येत विचारलं

हर्षिता ने चमकून त्याच्याकडे पाहिलं. त्याचा चेहरा तिच्या चेहऱ्याजवळ होता. ती थोडीशी मागे सरकली.

"हं...नाही. म्हणजे.." ती गोंधळली

"नाही आवडला? मग कशाला पाहत आहेस?"

"हा फोटो मी याआधीही पाहिला आहे. कुठे, ते आठवत नाही." ती परत त्या फोटोकडे पाहून विचार करत म्हणाली

"आमच्या घरी पाहिला असशील. कारण, या फोटोमध्ये मी आहे आणि माझी छोटी बहीण आहे." तो परत त्याच्या खुर्चीत बसत म्हणाला

"तृप्ती?" तिने पटकन विचारलं

"हम्म."

कैवल्यचा मोबाईल वाजला. त्याने हर्षिताला"एक्सक्युज मी !" म्हणून फोन उचलला.

"हॅलो.."

"कैवल्य, डॅड..."

"व्हॉट?" तो ताडकन उठून उभा राहिला

त्याला असं एकदम उठून उभं राहिलेलं पाहून ती देखील उठून उभी राहिली.

3

कैवल्य आणि हर्षिता एकत्रच कैवल्यच्या घरी आले. घरी आल्याबरोबर ते दोघे त्याच्या डॅडच्या रुममध्ये आले. रूममध्ये त्याची मॉम आणि बहीण तृप्ती डॅडच्या जवळ बेडवर बसल्या होत्या. डॅड डोळे मिटून झोपले होते. हर्षिता रूमच्या दरवाज्यात उभी राहिली होती.

"मॉम, काय झालं डॅडना?" कैवल्य ने पुढे येत विचारलं

"शुगर लो झाली होती. सकाळपासून काही खाल्लंही नाही त्यांनी. आताही काही खात नाहीयेत." मॉम म्हणाली

"व्हॉटss?"

तो लगेच डॅडच्या जवळ बसला. त्याने डॅडचा हात आपल्या हातात घेतला. त्याबरोबर त्यांनी डोळे उघडून कैवल्यकडे पाहिलं.

"डॅड, तुम्ही सकाळपासून काही खाल्लं का नाही? काही त्रास तर होत नाहीये ना?" कैवल्य ने काळजीने विचारलं

डॅडनी मान नकारार्थी हलवली.

"मग काही खाल्लं का नाही? प्लिज काहीतरी खाऊन घ्या. तुम्हाला औषधं पण तर घ्यायची आहेत."

डॅडनी मान दुसरीकडे फिरवून परत डोळे मिटून घेतले.

"बघितलंस? असच करत आहेत हे. आता काही खाल्लंही नाहीये, तर औषधं तरी कशी देणार?" मॉम वैतागून म्हणाली

कैवल्य ने मनात काही विचार करून मागे वळून हर्षिताकडे पाहिलं. ती अजूनही तिथेच दरवाज्यात उभी होती. कैवल्य उठून तिच्याजवळ आला.

"हर्षिता, डु समथिंग."

तिने त्याच्याकडे गोंधळून पाहिलं.

"तू ऐकलंस ना, डॅडनी काही खाल्लं नाहीये. आता तू काहीही करून त्यांना खायला भाग पाड." तो हळू आवाजात म्हणाला

"मी?" हर्षिता ने घाबरून विचारलं

"येस!"

तृप्ती आणि मॉम हर्षिताकडे बघत होत्या.

"मॉम, ही हर्षिता आहे ना?" तृप्ती ने हर्षिताकडे बघत विचारलं

"हो. खूपच गुणाची आहे ही पोर. ह्यांना बरं वाटावं म्हणून कैवल्यशी लग्न करायला तयार झाली. एक मुलगा आहे तिचा, पाच वर्षांचा त्याला त्याच्या आजीजवळ एकट्याला सोडून इथे यायला होकार दिला तिने." मॉमला तिचं खूप कौतुक वाटत होतं

"खरंच मॉम, आपल्या मुलापासून लांब राहणं किती कठीण आहे. हॅट्स ऑफ टू हर." तृप्ती अभिमानाने म्हणाली

हर्षिताची आई देवाजवळ दिवा लावत होती. तेव्हा अयान तिच्यामागे येऊन उभा राहिला.

"आजी, मला मम्माची बोलायचं आहे."

तिने देवाला नमस्कार करून मागे वळून अयानकडे पाहिलं.

"अयान, तुझी मम्मा आता कामात असेल. आपण संध्याकाळी बोलू तिच्याशी."

"नाही. मला आत्ताच बोलायचं आहे." तो पाय आपटत म्हणाला

"असा हट्ट नाही करू अयान." ती समजावत म्हणाली

"मम्मा..." अयान रडायला लागला

"अयान, बाळा रडू नको. बरं ठीक आहे. मी देते लावून फोन."

अयान लगेच खूष झाला.

हर्षिता विचार करत होती.

"एवढा कसला विचार करत आहेस?" कैवल्य ने विचारलं

"असं काय करू, जेणेकरून काका खायला तयार होतील." ती म्हणाली

तेवढ्यात तिचा फोन वाजला. तिने पर्समधून मोबाईल काढून पाहिलं. आईचा फोन बघून तिने कैवल्यकडे बघितलं.

"काय झालं?" कैवल्य ने विचारलं

"आईचा फोन आहे." ती हळूच म्हणाली

"मग?"

"घेऊ का?"

"तुला मी एवढा दुष्ट वाटतो का, की तुझ्या आईशी बोलून देणार नाही." त्याने एक भुवई उंचावत विचारलं

हर्षिता ने मान नकारार्थी हलवली.

"हम्म! उचल आता लवकर फोन. नाहीतर कट होईल." तो म्हणाला

हर्षिता ने लगेच फोन उचलला.

"हॅलो."

"हॅलो मम्मा."

"अयान..." अयानचा आवाज ऐकून तिच्या डोळ्यात पाणी आलं

"मम्मा, मला तुझी आठवण येते. तू कधी येणार?" त्याने विचारलं

"बाळा, मी आजच आली आहे ना कामासाठी. एवढ्या लवकर नाही येऊ शकणार. तू आजीजवळ राहा हं....शहाण्या मुलासारखा. मी तुला रोज फोन करीन." ती रडवेल्या सुरात म्हणाली

"हो."

हर्षिता ने अजून थोड्यावेळ बोलून फोन कट केला. डोळ्यात आलेलं पाणी पुसून तिने स्वतःला सावरलं.

"सगळं ठीक आहे ना?" कैवल्य ने विचारलं

"हो."

"कैवल्य..."

एक मुलगी हर्षिताला धक्का देऊन आत आली. हर्षिता ने तिच्याकडे कपाळावर आठ्या घालून पाहिलं. त्या मुलीच्या हातात एक ट्रे होता. त्या ट्रेमध्ये एका प्लेटमध्ये पोहे होते आणि एका ग्लासमध्ये ऑरेंज ज्यूस होता.

"कैवल्य, मी माझ्या हाताने डॅडसाठी पोहे बनवले आहेत. आय एम शुअर, ते हे पोहे नक्की खातील." ती मुलगी हसत म्हणाली

हे ऐकून मॉम आणि तृप्ती ने एकमेकींकडे पाहून मान नकारार्थी हलवली. कैवल्य ने त्या मुलीच्या हातातून तो ट्रे घेतला.

"थँक्स रिचा."

"अरे, इट्स माय प्लेझर." रिचा हसून म्हणाली

रिचाने हर्षिताकडे बघून नाक मुरडलं. हर्षिताला रिचा जरा आगाऊ वाटली. रिचाने गुलाबी रंगाचा स्लीवलेस टॉप घातला होता आणि त्याखाली गुडघ्यापर्यंत असणारा व्हाईट स्कर्ट घातला होता. दिसायलाही ती सुंदर होती. तृप्ती हळूच उठून हर्षिताच्या जवळ जाऊन उभी राहिली.

"हर्षिता, हाय!" तृप्ती हळूच म्हणाली

"हाय! तू, तृप्ती ना?" हर्षिता ने विचारलं

"हो. तुला प्रश्न पडला असेल ना, ही रिचा कोण?" तृप्ती ने विचारलं

"हो."

"हम्म! कैवल्यची गर्लफ्रेंड आहे ही. कैवल्य ला लग्न करायचं आहे हिच्याशी." तृप्ती नाक मुरडून म्हणाली

"अच्छा! ही आहे ती मुलगी. मला म्हणाले होते कैवल्य, त्यांचं प्रेम आहे एका मुलीवर."

"तू कैवल्यला अहो म्हणतेस?" तृप्ती ने आश्चर्याने विचारलं

"हं..हो."

तृप्ती हसली.

कैवल्य डॅडजवळ बेडवर बसला.

"डॅड, तुमच्या आवडीचे पोहे आहेत. चला, लवकर खाऊन घ्या." कैवल्य म्हणाला

डॅडनी एकदा डोळे उघडून प्लेटकडे बघितलं आणि मग परत मान फिरवून डोळे मिटून घेतले. कैवल्य ने हताश होऊन एक सुस्कारा सोडला. रिचाचाही चेहरा पडला. कैवल्य ने पुन्हा एकदा हर्षिताकडे आशेने पाहिलं.

"हर्षिता, आता तू प्रयत्न करून बघ." तृप्ती म्हणाली

"ओके."

हर्षिता हळूच पुढे आली. तिने मॉमकडे पाहिलं. मॉम ने डोळे बंद करून परत उघडत तिला धीर दिला. ती डॅडजवळ जाऊन बसली. कैवल्य तिच्याकडे पाहत होता.

"कैवल्यच्या सांगण्यावरून त्यांनी काही खाल्लं नाही. आता हिच्या सांगण्यावरून तरी थोडीच खातील." रिचा म्हणाली

"रिचा, प्लिज!" कैवल्य ओरडला

"कैवल्य, मी तर फक्त..."

"चूप!"

रिचाचा चेहरा उतरला. हे पाहून तृप्ती आणि मॉम मात्र खूष झाल्या. कैवल्य ने हर्षिताला बोलण्याचा इशारा केला. तिने मान हलवली.

"काका." तिने तिच्या प्रेमळ आवाजात हाक मारली

डॅडनी हळूच डोळे उघडून हर्षिताकडे पाहिलं.

"मला ओळखलंत काका?" तिने विचारलं

डॅड तिच्याकडे बघत विचार करत होते. बराचवेळ विचार केल्यावर त्यांनी मान नकारार्थी हलवली.

"मी हर्षिता. रवींद्र सोनावणेंची मुलगी."

रवींद्र सोनावणे ऐकून डॅडच्या डोळ्यात एक वेगळीच चमक आली. त्यांनी त्यांचा हात हळूच वर करून तिच्या गालावरून फिरवला. त्यांच्या ओठावर हलके हास्य पसरले. डॅडनी दिलेला रिस्पॉन्स पाहून कैवल्यला आश्चर्य वाटलं. मॉम आणि तृप्ती देखील खूष झाल्या. हर्षिताला ही खूप बरं वाटलं. रिचा मात्र हैराण झाली.

"काका, तुम्ही आज काहीच खाल्लं नाही ना? चला, आता पटकन खाऊन घ्या. तुम्ही खाल्लं तरच मी खाईन. नाहीतर मी उपाशीच राहीन. तुम्हाला चालेल ना, मी उपाशी राहिले तर?" हर्षिता ने लहान मुलीसारखी विचारलं

डॅडनी हात हलवत नाही म्हटलं.

"मग चला, खाऊन घ्या."

डॅडनी मान हलवली. रिचा वैतागून तिथून निघून गेली. कैवल्य आणि हर्षिता ने डॅडना उठून बसायला मदत केली. डॅड उठून बसले. कैवल्य ने पोह्याची प्लेट हर्षिताच्या हातात दिली. हर्षिता ने हळूहळू

डॅडना पोहे भरवले. पोहे खाऊन झाल्यावर मॉम ने डॅडना त्यांची औषधं दिली. औषधं घेऊन डॅड झोपले. डॅड झोपल्यावर सगळे रूममधून बाहेर आले. कैवल्य परत त्याच्या ऑफिसमध्ये गेला.

मॉम हर्षिताला तिच्या रूममध्ये घेऊन आली.

"आजपासून ही तुझी रूम आहे." मॉम म्हणाली

हर्षिता ने रूमवर एक नजर फिरवली. ती रूम चांगलीच मोठी होती. मधोमध एक मोठा डबल बेड होता. बेडच्या मागच्या भिंतीवर एक मोठी फोटोफ्रेम लावली होती. त्या फ्रेममध्ये कैवल्यच्या फॅमिलीचा फोटो होता. बेडच्या डाव्या बाजूला एक मोठं लाकडी कपाट होतं आणि बेडच्या उजव्या बाजूला ड्रेसिंग टेबल होतं. ड्रेसिंग टेबलच्या उजव्या बाजूला एक खिडकी होती आणि त्या खिडकीच्या बाजूला एक सोफा होता आणि सोफ्याच्या समोर एक टी - पॉय होतं. सोफ्याच्या समोर, कपाटाच्या बाजूला एक छोटं लाकडी टेबल होतं. टेबलाच्या समोर एक लाकडी खुर्ची होती. त्या टेबलावर काही पुस्तकं होती आणि लाईट लॅम्प होता.

"खूप छान आहे रूम." हर्षिता म्हणाली

"आवडली ना?" मॉम ने विचारलं

हर्षिता ने हसून मान हलवली.

"हर्षिता, थँक यु बाळा. आज तुझ्यामुळे असं वाटतंय हे लवकरच बरे होतील." मॉम हर्षिताच्या डोक्यावरून हात फिरवत म्हणाली

"काकू, तुम्ही प्लिज थँक यु म्हणू नका. काका माझ्या बाबांचे मित्र होते, म्हणजे तेही माझ्या बाबांसारखेच आहेत. बाबांची सेवा करण्यासाठी मुलीचे आभार मानायची काहीच गरज नाही. " हर्षिता म्हणाली

"किती चांगले विचार आहेत तुझे. हे सगळे तुझ्या आई बाबांचे संस्कार आहेत." मॉम म्हणाली

हर्षिता हसली.

रात्रीचे दहा वाजले होते. सगळ्यांची जेवणं झाली होती. कैवल्य मात्र अजून ऑफिसमधून आला नव्हता. हर्षिता हॉलमध्ये पुस्तक वाचत बसली होती. तेव्हा तृप्ती तिथे आली.

"हाय, झोप नाही आली का अजून?" तृप्ती ने हर्षिताच्या जवळ बसत विचारलं

"नाही. मी नेहमी साडे दहा वाजता झोपते. झोपायच्या आधी थोडं वाचन करते." हर्षिता म्हणाली

"अच्छा! व्हेरी नाईस."

"तू का नाही झोपलीस?" हर्षिता ने विचारलं

"बंधुराजांची वाट पाहतेय. त्याला आल्यावर जेवायला वाढावं लागेल ना. म्हणून नाही झोपले."

"त्यांना नेहमी असाच उशीर होतो?"

"नाही गं! म्हणजे, काही सांगता येत नाही. कधीकधी तर खूपच लवकर येतो, नाहीतर एकदम उशिरा."

"अच्छा! तुला झोप येत असेल तर तू झोप. मी वाढीन जेवायला त्यांना." हर्षिता म्हणाली

"नको गं! मला सवय आहे."

तृप्ती ने जांभई दिली.

"तृप्ती, बघ. तुला झोप येतेय. माझं ऐक, तू जाऊन झोप. मी वाढीन त्यांना जेवायला."

"बरं ठीक आहे. गुड नाईट!"

"गुड नाईट." हर्षिता हसून म्हणाली

तृप्ती झोपायला गेली.

"त्यांची तर गर्लफ्रेंड आहे ना, ती का नाही वाढत त्यांना जेवायला?" हर्षिता मनात विचार करत होती.

रात्रीचे साडे अकरा वाजले होते. हर्षिता कैवल्यची वाट पाहता पाहता हॉलमध्येच सोफ्यावर झोपली होती. कैवल्य त्याच्याकडे असणाऱ्या चावीने दरवाजा उघडून आत आला. आत आल्यावर त्याने दरवाजा बंद केला. मागे वळल्यावर त्याचं लक्ष सोफ्यावर झोपलेल्या हर्षिताकडे गेलं. तिला असं सोफ्यावर झोपलेलं पाहून त्याला आश्चर्य वाटलं. तो हळूहळू चालत तिच्याजवळ आला. तो तिच्याकडे कंबरेत वाकून बघत होता. तेवढ्यात तिला जाग आली. तिने डोळे उघडून समोर पाहिलं त्याबरोबर तिला समोर कैवल्य दिसला. तो असा अचानक दिसल्यामुळे ती घाबरून

ओरडली. त्याबरोबर त्याने तिच्या ओठावर आपला उजव्या हाताचा पंजा ठेवला.

"हर्षिता, इट्स मी. कैवल्य." तो हळू आवाजात म्हणाला

ती डोळे मोठे करून त्याच्याकडे बघत होती.

"तू इथे का झोपली आहेस?" त्याने विचारलं

तिने डोळ्यांनी इशारा करून त्याला हात बाजूला करायला सांगितला. त्याने हात बाजूला केला आणि तो स्वतःही बाजूला झाला. ती उठून बसली. त्याला आणि तिला थोडं ऑकवर्ड वाटत होतं. तरी तिने स्वतःला सावरलं.

"मी तुमची वाट पाहत होते. तुम्हाला जेवायला वाढावं लागेल ना, म्हणून." ती त्याच्या

कडे न बघता म्हणाली

"ओह! तृप्ती कुठे आहे? तिने तुला कसं सांगितलं थांबायला?"

"तिने नाही सांगितलं. मीच म्हटलं तिला मी थांबते म्हणून."

"अच्छा!"

"तुम्ही फ्रेश होऊन या. मी वाढते जेवायला."

"ओके."

हर्षिता किचनमध्ये गेली. कैवल्य फ्रेश व्हायला गेला.

4

हर्षिता, कैवल्यचं जेवण झाल्यावर किचनमधलं मागचं सगळं आवरून तिच्या रूममध्ये जात होती. तेव्हा तिला गाण्याचा आवाज आला.

"यावेळेस गाणं कोण म्हणतंय?" ती स्वतःशीच म्हणाली

ती तिच्या रूममध्ये न जाता गाण्याचा आवाज ज्या रूममधून येत होता त्या रूमच्या दिशेने गेली. ती जसजशी पुढे येत होती, गाण्याचा आवाज जवळ जवळ येत होता. ती चालत चालत त्या रूमजवळ पोहचली. ती रूम कैवल्यची होती. तिने रूमच्या बाहेरूनच आत नजर टाकली. तेव्हा कैवल्य त्याच्या रूमच्या गॅलरीमध्ये एकटाच बसून हातामध्ये गिटार घेऊन गाणं म्हणताना तिला दिसला.

त्याच्या आवाजात एक वेगळीच जादू होती. हर्षिता त्याच्या त्या आवाजाच्या जादूत हरवून गेली. ती डोळे मिटून रूमच्या दरवाज्याला टेकून उभं राहून त्याचं गाणं ऐकत होती. गाणं म्हणता म्हणता अचानक त्याचं लक्ष दरवाज्याला टेकून उभ्या असणाऱ्या हर्षिताकडे गेलं. त्याबरोबर तो गाणं म्हणायचा थांबला. तो गाणं म्हणायचा थांबला म्हणून तिने डोळे उघडून रूमच्या आत नजर टाकली. तर तो तिच्याकडेच बघत होता. तो आपल्याकडे बघत आहे हे बघून ती लगेच मागे वळली. हे पाहून तो गालातल्या गालात हसला.

"हर्षिता." त्याने तिथूनच तिला आवाज दिला

तिने जीभ चावली आणि मागे वळून त्याच्याकडे बघितलं.

"काही बोलायचं होतं का तुला?" त्याने विचारलं

"हं? नाही. मी माझ्या रूममध्ये जात होते." ती कसंबसं म्हणाली

"तुझी रूम तर डॅडच्या रूमजवळ आहे. दुसऱ्या बाजूला. मग इथे कशी आलीस?" त्याने भुवई उंचावत विचारलं

"अं..हो! नाही..म्हणजे मी.." ती गोंधळली

"रिलॅक्स! बाय द वे, मला बोलायचं होतं तुझ्याशी. जरा येतेस रूमच्या आत?" त्याने विचारलं

"हं." एवढंच बोलून ती रूमच्या आत आली

कैवल्य ने त्याची गिटार बेडवर ठेवली आणि तो स्वतःही बेडवर बसला. त्याने हर्षितालाही बसायला सांगितलं. हर्षिता त्याच्यासमोर खुर्चीत बसली.

"सकाळी मला अर्जंटली ऑफिसमध्ये जावं लागलं म्हणून मी तुझ्याशी काहीच बोललो नाही. हर्षिता, आज डॅडनी ज्याप्रकारे रिस्पॉन्स दिला, तसा याआधी कधी दिला नव्हता. तू आल्याबरोबर त्यांच्या तब्येतीत फरक पडला. अँड आय एम शुअर, ते आता लवकरच बरे होतील." कैवल्य म्हणाला

"हो नक्कीच बरे होतील." हर्षिता म्हणाली

"थँक्स!"

"कैवल्य, प्लिज! अहो, काका माझ्या बाबांसारखे आहेत. त्यांच्यासाठी मी काहीही केलं तर ते मी माझ्या बाबांसाठी केलं असच वाटेल मला. त्यासाठी मला थँक्स म्हणायची काहीच आवश्यकता नाही."

"आवश्यकता आहे. तू तुझ्या लहान मुलाला तुझ्या आईजवळ ठेऊन इथे राहायला आली आहेस. आजकाल आपल्या माणसांसाठी कोणी काही करत नाही. तिथे तू आमची मदत करत आहेस. आणि सगळ्यात महत्वाचं, तू ही मदत निस्वार्थ भावनेने करत आहेस."

कैवल्यचं बोलणं ऐकून हर्षिताच्या चेहऱ्यावरचे भाव एका क्षणात बदलले. चेहऱ्यावर असणाऱ्या हास्याच्या जागी, राग दिसू लागला. हाताच्या मुठी आवळल्या गेल्या. पण कैवल्यला संशय येऊ नये म्हणून तिने लगेच स्वतःला सावरून चेहऱ्यावर खोटे हास्य आणले.

"कैवल्य, तुमच्याशी लग्न करण्यामागे माझं एक मोठं उद्दिष्ट आहे. ते मी नक्कीच पूर्ण करीन." हर्षिता मनात स्वतःशी बोलत होती

"हॅलो! हर्षिता, कुठे हरवलीस?"कैवल्य ने तिच्यासमोर हात हलवत विचारलं

"हं? कुठे नाही." ती किंचित हसून म्हणाली

"ओके."

"कैवल्य, तुम्ही खूप छान गाणं म्हणता." हर्षिता विषय बदलत म्हणाली

कैवल्य हसला.

"हम्म! मगाशी तू माझं गाणं ऐकूनच इथपर्यंत आलीस ना?" कैवल्य ने एकदम गंभीर चेहरा करून विचारलं

हर्षिता ने चमकून कैवल्यकडे बघितलं. तिला आता काय बोलावं ते समजत नव्हतं. तिचा गोंधळलेला चेहरा पाहून कैवल्य हसायला लागला.

"इट्स ओके." तो हसून म्हणाला

हर्षिता ही किंचित हसली.

दुसऱ्या दिवशी सकाळी कैवल्य ऑफिसमध्ये जाण्यासाठी तयार होत होता. तेव्हा रिचा आली.

"कैवू, आपण किती दिवस झाले कुठे बाहेर जेवायला नाही गेलो. सो, मी आज संध्याकाळी एक डिनर डेट प्लॅन केली आहे. तू ऑफिसमधून लवकर ये." रिचा कैवल्यच्या खांद्यावर हात ठेवून लडिवाळपणे म्हणाली

"सॉरी बेब्स! आज संध्याकाळी नाही जमणार." कैवल्य त्याच्या शर्टाची बटणं लावत म्हणाला

"व्हाय?" रिचा ने विचारलं

"आज माझी एक इम्पॉरटंट मिटिंग आहे. मिस्टर गायकवाड कॅनडाहून येणार आहेत. त्यांच्याबरोबर मला एका प्रोजेक्ट संबंधी डिस्कशन करायचं आहे. रिचा, आपल्याला जर हा प्रोजेक्ट मिळाला ना, तर आपल्या देशमुख इंडस्ट्रीझ कंपनीला खूप फायदा होईल." कैवल्य एक्साईट होऊन म्हणाला

"ओह! तुझी ही मिटिंग आपल्या डिनर डेटपेक्षा जास्त महत्वाची आहे. आपण उद्या जाऊ." रिचा म्हणाली

"येस बेब्स!" त्याने रिचाच्या गालावर ओठ टेकवले

रिचा हसली.

दुपारी हर्षिता किचनमध्ये डॅडसाठी सूप बनवत होती. मॉम तिची मदत करत होती.

"काकू, काकांना पालक सूप आवडेल ना?" हर्षिता ने विचारलं

"हो आवडेल ना."

"माझ्या अयान ला अजिबात आवडत नाही. खूप नाटकं असतात त्याची."

"लहान मुलं अशीच असतात. त्यांना सगळं चटकमटकच आवडतं खायला."

"हो! आईला आता एकटीला त्याला सांभाळावं लागतंय. आधी मी संध्याकाळी आणि रात्री त्याच्याजवळ असायची, पण आता दिवसभर तिलाच सगळं सांभाळावं लागतंय. माहीत नाही कसं मॅनेज करत असेल ती त्याला सांभाळून घरातली कामं." हर्षिता शून्यात बघत म्हणाली

मॉम ने तिच्या खांद्यावर हात ठेवला. ती मॉमकडे पाहून हलकं हसली.

"तुला हवं तर एकदा भेटून ये त्याला."

"नाही काकू. आता जर मी त्याला भेटले, तर मी पुन्हा इथे येऊ शकणार नाही. आताही मी कशी आली आहे ते मलाच माहिती."

"हो गं! मी समजू शकते. आपल्या मुलापासून काही तास लांब राहणं वेगळं आणि काही दिवस, महिने लांब राहणं वेगळं." मॉम तिचा हात आपल्या हातात घेत म्हणाली

"हर्षिता..." तृप्ती हातात मोबाईल घेऊन धावत किचनमध्ये आली

"काय गं? काय झालं?" मॉम ने विचारलं

"हर्षिता, कैवल्यला तुझ्याशी बोलायचं आहे." तिने मोबाईल हर्षिताकडे दिला

हर्षिता ने मोबाईल हातात घेतला.

"हॅलो."

"हॅलो हर्षिता, कम टू द ऑफिस नाऊ." तो त्याच्या भारदस्त आवाजात म्हणाला

"ऑफिस?" हर्षिता ने आश्चर्याने विचारलं

"येस. कम फास्ट."

एवढं बोलून त्याने फोन कट केला.

"कैवल्यनी मला ऑफिसमध्ये का बोलवलं असेल?"

हर्षिता मनात विचार करता करता तयार व्हायला तिच्या रूममध्ये गेली.

5

हर्षिता तयार होऊन ऑफिसमध्ये जायला निघत होती तेवढ्यात तिला फोन आला. तिने मोबाईल हातात घेऊन स्क्रिनवर नाव बघितलं. स्क्रिनवर आलेलं नाव बघून तिने लगेच फोन उचलला.

"हॅलो."

"अजून तू काहीच कसं केलं नाहीस? तुला तुझा मुलगा प्रिय आहे की नाही?" समोरच्या व्यक्तीने एकदम कडक स्वरात विचारलं

"मी..करीन. नक्की करीन. तुम्ही जे काही सांगितलं आहे अगदी तसंच होईल सगळं." हर्षिता थोडं अडखळत म्हणाली

"हम्मम! मी आशा करतो, तू काही चूक करणार नाहीस. कारण आता तर तुझा मुलगा फक्त काही महिन्यांसाठी तुझ्यापासून दूर आहे; पण तुझी एक चूक त्याला कायमचं तुझ्यापासून दूर करेल."

हे ऐकून हर्षिताला घाबरून घाम फुटला. तिच्या डोळ्यातून पाणी यायला लागले.

"न...नाही. मी माझ्या अयानला माझ्यापासून दूर होऊ देणार नाही." ती थरथर कापत होती

"त्यासाठी तुला जे सांगितलं आहे ते लवकरात लवकर करावं लागेल. समजलं?"

"हो. मी करीन."

एवढं बोलून फोन कट झाला.

कैवल्य हर्षिताची वाट पाहत त्याच्या केबिनमध्ये फेऱ्या मारत होता. फेऱ्या मारता मारता तो सारखा केबिनच्या दाराकडे बघत होता.

"अजून कशी आली नाही हर्षिता. मी म्हटलं होतं लवकर ये." तो स्वतःशीच बोलत होता

तेवढ्यात केबिनचे दार उघडले गेले. कैवल्य त्याच्या खुर्चीजवळ कंबरेवर दोन्ही हात ठेवून पाठमोरा उभा होता.

"मे आय कम इन?" हर्षिता ने विचारलं

हर्षिताचा आवाज ऐकून त्याने लगेच मागे वळून पाहिलं. तिला पाहून तो हलकं हसला.

"ये ना. मी तुझीच वाट पाहत होतो." तो त्याची खुर्ची मागे सरकवून त्यात बसत म्हणाला

हे ऐकून हर्षिता ने त्याच्याकडे चमकून पाहिलं.

"बस ना." त्याने त्याच्या समोरच्या खुर्चीकडे हाताने इशारा केला

हर्षिता बसली.

"तुम्ही मला असं अचानक का बोलवलं?" हर्षिता ने विचारलं

"माझी आता काही वेळात एक इम्पॉरटंट मिटींग आहे. मिस्टर गायकवाड बरोबर. आय डोन्ट नो हाऊ बट, त्यांना आपलं पुढच्या आठवड्यात लग्न होणार आहे हे समजलं. त्यांनी मला फोन करून सांगितलं की, त्यांना तुला भेटायचं आहे. ते एका प्रोजेक्ट वर सध्या काम करत आहेत. पण लवकरच ते प्रोजेक्ट दुसऱ्या कंपनी बरोबर करायचं ठरवत आहेत. ते प्रोजेक्ट देशमुख इंडस्ट्रीझ कंपनीला मिळावं असं मला वाटत. त्यामुळे मी त्यांना नाही म्हणू शकलो नाही. म्हणून मी तुला इथे बोलवलं." कैवल्य शांतपणे म्हणाला

"पण त्यांना मला का भेटायचं आहे?" हर्षिता ने आश्चर्याने विचारलं

"ते तर तेच सांगतील. मला काहीच म्हणाले नाहीत."

"कधी येणार आहेत ते?"

"ऑन द वे आहेत. येतच असतील."

"आपलं लग्न होणार आहे ही गोष्ट जास्त कोणाला माहीत नाहीये. मग त्यांना कशी समजली?"

"आय डोन्ट नो." कैवल्य खांदे उडवत म्हणाला

हर्षिता मनात विचार करायला लागली,

"हर्षिता, ही एक चांगली संधी आहे. या संधीच सोनं करायला हवं."

तेवढयात केबिनचे दार उघडले गेले.

"सर, मिस्टर गायकवाड आले." आशुतोष दारातूनच म्हणाला

"ओह ग्रेट! मी आलोच." कैवल्य खुर्चीतून उठून उभा राहिला

आशुतोष निघून गेला.

कैवल्य ने त्याचं ब्लेझर घातलं. शर्टाच्या बाह्या सारख्या केल्या. मोबाईलमध्ये कॅमेरा चालू करून आपले केस वैगरे ठीक केले. हर्षिता हे सगळं बघत होती.

"लेट्स गो हर्षिता." तो मोबाईल खिशात ठेवत म्हणाला

ती उठून उभी राहिली. तो खूपच एक्साईटेड होता. त्या एक्साईटमेंटमध्ये तो पुढे गेला. ती मात्र तिथेच उभी होती. त्याने केबिनचे दार उघडून आपल्या बाजूला बघितलं. त्याला ती दिसली नाही म्हणून त्याने मागे वळून बघितलं. ती अजूनही तिथेच उभी होती.

"हर्षिता, तू तिथेच का उभी आहेस? लवकर ये." तो ओरडला

तिने त्याच्याकडे पाहून मान नकारार्थी हलवली. तो वैतागला.

"हर्षिता, कम फास्ट!"

"मला भीती वाटतेय." ती हळूच म्हणाली

"भीती? कसली भीती?" त्याने विचारलं

"मी एवढ्या मोठ्या माणसासमोर कशी येऊ? आणि मला तर बिझनेस मधलं काहीच नॉलेज नाहीये. त्यांनी मला काही विचारलं आणि मी नाही सांगू शकले, तर तुम्हाला प्रोजेक्ट मिळणार नाही. त्यापेक्षा मी नाहीच येत. तुम्ही काहीतरी कारण सांगा, इमर्जन्सी आली म्हणून मी नाही येऊ शकले वैगेरे." हर्षिता म्हणाली

"व्हॉट? नो. त्यांना फक्त तुला भेटायचं आहे. ते तुला बिझनेस विषयी काहीही विचारणार नाहीत. तू चल."

"नाही नको."

"हर्षिता, डोन्ट बी क्रेझी. ही एक ऑफिशियल मिटिंग आहे. माझ्यासाठी खूप महत्त्वाची आहे ही मिटिंग. यात मला कोणत्याही प्रकारची दिरंगाई चालणार नाही. समजलं?" कैवल्य ओरडला

"मी कुठे म्हटलं महत्वाची नाहीये मिटिंग. मी फक्त एवढं म्हटलं मी येऊ शकणार नाही."

कैवल्य चांगलाच चिडला. त्याने पुढे येऊन हर्षिताचे दोन्ही खांदे घट्ट पकडले. त्याचा चेहरा तिच्या चेहऱ्याजवळ होता. त्याचे गरम श्वास तिला तिच्या चेहऱ्यावर जाणवत होते. तो रागाने तिच्याकडे बघत होता. त्याचे डोळे रागाने लाल झाले होते. हे पाहून ती थोडी घाबरली. पण तिने लगेच स्वतःला सावरलं.

"मी तुला शेवटचं विचारतो, तू येणार आहेस की नाही?" त्याने कडक स्वरात विचारलं

तिने काही न बोलता फक्त मान नकारार्थी हलवली. त्याने रागाने तिला बाजूला करून टेबलावर आपली मूठ जोरात आपटली. हर्षिता दचकली. तो तिच्याकडे एक रागीट कटाक्ष टाकून तिथून निघून गेला.

तो गेल्यावर हर्षिता म्हणाली,

"सॉरी कैवल्य, पण मला हा जो निर्णय घ्यावा लागला त्याला तुम्हीच जबाबदार आहात."

हर्षिता केबिनमधून बाहेर आली. तिने बाहेर येऊन एकदा कॉन्फरन्स रूमच्या आत नजर टाकली. तिला आतमध्ये चालू असणारे संभाषण काही ऐकू येत नव्हते, पण त्यांच्या हालचाली वरून तिला एवढं समजलं की, प्रोजेक्ट तर देशमुख इंडस्ट्रीझ ला मिळालं नाहीये. तिला या गोष्टीचा आनंद झाला. ती तिथून परत घरी गेली.

"आजी, मला परत शाळेत कधी पाठवणार?" अयान ने विचारलं

"तुझी मम्मा परत आली की पाठवणार."

"मम्मा कधी येणार?"

त्याची आजी विचारात पडली.

"सांग ना. कधी येणार?" अयान ने आजीच्या हाताला धरून तिला हलवत विचारलं

"येईल बाळा! लवकर येईल हं." आजी त्याला स्वतःच्या जवळ घेत म्हणाली

"हर्षु, लवकर ये गं! खूप काळजी वाटते तुझी. तू जे करायला तिथे गेली आहेस, त्याचे दुष्परिणाम काय होतील देव जाणे! परमेश्वरा, सांभाळ कर माझ्या पोरीचा." आजी डोळे मिटून मनात म्हणाली

6

"हाहाहाss! वा! सकाळी तुझ्याशी बोलल्यानंतर मला तर वाटत होतं, तू शून्यावरच आऊट होतेस की काय. पण छे! तू तर ओपनिंग ला एकदम सिक्सरच मारलीस. कमाल!" फोनवर समोरची व्यक्ती एकदम खूष होऊन म्हणाली

"हो. आणि मला यासाठी जास्त मेहनतही घ्यायला लागली नाही. संधी स्वतःहून चालून आली माझ्याजवळ." हर्षिता म्हणाली

"छान! अश्याच संधी तुला मिळत राहो आणि लवकरच तो देशमुख परिवार रस्त्यावर येवो."

"असच होईल."

"किशोर देशमुखचा मुलगा खरंच बुद्धू आहे. डॉक्टरच्या सांगण्यावर लगेच विश्वास ठेवला त्याने. अरे, जो माणूस आठ वर्ष उपचार करून बोलू शकला नाही, तो असा त्याचं एखादं स्वप्न पूर्ण झाल्यावर बोलायला लागेल का? थोडा तरी विचार करायला हवा होता त्याने."

"पण त्याने विचार केला असता, तर तुमचा प्लॅन सक्सेसफुल कसा झाला असता?"

"हम्म! बरोबर बोललीस. किशोर देशमुख, तू माझ्या परिवाराला रस्त्यावर आणलंस ना, आता बघ मी तुझ्या परिवाराला रस्त्यावर कसं आणतो ते." ती व्यक्ती छद्मीपणे हसून म्हणाली

रात्री कैवल्य रागातच ऑफिसमधून घरी आला. प्रोजेक्ट मिळाला नाही म्हणून तो खूप नाराज होता. त्याने डोअर बेल वाजवली. एका नोकराने येऊन दरवाजा उघडला. त्याबरोबर तो आत आला. बाहेर

हॉलमध्ये त्याची मॉम आणि तृप्ती बसल्या होत्या. तो त्यांच्याकडे न बघताच त्याच्या रूममध्ये निघून गेला.

"मॉम, नक्कीच काहीतरी गडबड झाली आहे. कैवल्य आपल्याकडे न बघता निघून गेला. थोडा रागावलेला पण वाटत होता." तृप्ती म्हणाली

"हम्म! ऑफिसमध्ये झालं असेल काहीतरी."

"मी विचारून येते." ती उठणार होती तेव्हा मॉम ने तिचा हात पकडून तिला थांबवलं

"तृप्ती, भुकेल्या वाघासमोर न जाणंच योग्य असत. कधी तो आपल्यावर हल्ला करेल सांगता येत नाही." मॉम म्हणाली

तृप्ती हसली.

"हम्म! बरोबर आहे तुझं."

कैवल्य त्याच्या रूममध्ये बेडवर डोळे मिटून लोळला होता. त्याला ऑफिसमधले दृश्य त्याच्या डोळ्यासमोर दिसत होते. त्याचे आणि मिस्टर गायकवाड चे संभाषण त्याला ऐकू येत होते.

काही तासांपूर्वी...

"मिस्टर कैवल्य, व्हेअर इझ युअर वूड बी वाईफ?" गायकवाडनी विचारलं

"अं..ती नाही येऊ शकली. ती थोडी बिझी होती." कैवल्य कसंबसं म्हणाला

"व्हॉट? पण थोड्यावेळापूर्वी तुमच्या पीए ने सांगितलं तुम्ही तुमच्या होणाऱ्या वाईफ बरोबर येताय म्हणून." गायकवाड म्हणाले

कैवल्य ने लगेच आशुतोषकडे बघितलं.

"सर, मिस्टर गायकवाडनी मला विचारलं तुम्हाला यायला उशीर का होत आहे. तेव्हा मी त्यांना सांगितलं तुम्ही तुमच्या होणाऱ्या बायकोबरोबर आहात आणि थोड्याचवेळात त्यांच्याबरोबरच याल म्हणून." आशुतोष म्हणाला

कैवल्यला त्याक्षणी आशुतोषचा खूप राग येत होता. पण तो काही बोलू शकला नाही. तो खोटं हसत म्हणाला,

"हं..ती आली होती, पण अचानक तिला जावं लागलं."

"मिस्टर कैवल्य, तुम्ही माझ्याशी खोटं का बोललात?"

"आय एम सॉरी! ती येऊन पण तुम्हाला भेटली नाही हे ऐकून तुम्हाला राग येईल आणि माझ्याबरोबर काम करायला तुम्ही नकार द्याल म्हणून मी..."

"म्हणून तुम्ही खोटं बोललात? मिस्टर कैवल्य, मी बरच ऐकलं होतं तुमच्या बद्दल. तुम्ही कामाच्या बाबतीत एकदम चोख आहात. सोशल मीडियावर देखील तुम्ही फेमस आहात. वैगरे वैगरे! पण तुम्ही तुमच्या फायद्यासाठी खोटंही बोलता हे माहीत नव्हतं मला. आय एम सॉरी मिस्टर कैवल्य, मी तुमच्यासारख्या एका खोटारड्या व्यक्तीबरोबर माझा प्रोजेक्ट करू शकत नाही." एवढं बोलून गायकवाड खुर्चीतून उठून उभे राहिले

हे ऐकून कैवल्यला धक्का बसला. तरी तो खुर्चीतून उठून गायकवाडच्या समोर जाऊन हात जोडून उभा राहिला.

"मिस्टर गायकवाड, प्लिज! तुम्ही मला एक संधी देऊन बघा. हा माझा ड्रीम प्रोजेक्ट आहे. या प्रोजेक्टसाठी मी काहीही करायला तयार आहे." तो विनवणी करत होता

"सॉरी." गायकवाडनी हात जोडले

गायकवाड तिथून निघून गेले. कैवल्य त्यांना जाताना बघत होता. त्याचे डोळे पाण्याने भरले होते. पण त्याबरोबर त्याच्या डोळ्यात रागही स्पष्ट दिसत होता.

वर्तमान....

कैवल्य ने डोळे उघडले त्याबरोबर त्याच्या डोळ्यातले पाणी त्याच्या गालावर ओघळले. तो बेडवरून उठून डोळ्यातले पाणी पुसून ताडताड चालत रूमच्या बाहेर आला. त्याने एकदा डॅडच्या रूमच्या आत एक नजर टाकली. तिथे हर्षिता नव्हती. तेव्हा तो हर्षिताच्या रूमच्याजवळ गेला. तिच्या रूमचा दरवाजा उघडा होता आणि लाईटही चालू होता. ती मात्र दिसत नव्हती. तो तिथून जात होता तेवढयात तिच्या रूमच्या वॉशरूममधून पाण्याचा आवाज आला. त्याबरोबर तो परत मागे येऊन तिच्या रूमच्या आत आला.

हर्षिता झोपायच्या आधी फ्रेश होऊन वॉशरूममधून बाहेर आली. तिने जांभळ्या रंगाचा नाईट सूट घातला होता. केसांचा एक सैलसर

अंबाडा बांधला होता. बाहेर येऊन तिने समोर पाहिलं. कैवल्य तिच्यासमोर हाताची घडी घालून उभा होता. तो नजर रोखून तिच्याकडे पाहत होता. तिने घड्याळात वेळ बघितली. रात्रीचे सव्वा अकरा वाजले होते.

"तुम्ही? आता यावेळेस इथे? " तिने हळूच विचारलं

तो काही न बोलता, तिच्याकडे बघत हळूहळू चालत तिच्याजवळ आला. ती गोंधळून ताच्याकडे बघत होती.

"काय झालं?" तिने विचारलं

"मिस हर्षिता सोनावणे, काल रात्रीच मी तुझं कौतुक केलं होतं. तू किती चांगली आहेस. आमची मदत करायला आली आहेस. वैगरे वैगरे. बरोबर?" त्याने विचारलं

तिने मान हलवली.

"तू तीच हर्षिता सोनावणे आहेस ना, की तू तिची जुळी बहीण आहेस?"

ती गोंधळली.

"माझी कोणी जुळी बहीण नाहीये." ती म्हणाली

"ग्रेट! हर्षिता, तुला माहीत आहे आज तुझ्यामुळे काय झालंय ते?" त्याने ओरडून विचारलं

तिने मान नकारार्थी हलवली.

"आज तुझ्यामुळे माझ्या हातातून माझा ड्रीम प्रोजेक्ट निघून गेला. तो ड्रीम प्रोजेक्ट, ज्याची मी एवढी वर्ष वाट पाहत होतो. तो मिळावा म्हणून मेहनत करत होतो. एवढ्या वर्षांच्या मेहनतीचे मला आज फळ मिळणार होते, पण तूss ते फळ माझ्या हातात यायच्या आधीच झाड तोडून फेकून दिलंसsss." तो चिडून म्हणाला

त्याचा अविर्भाव पाहून ती घाबरली.

त्याने तिच्या दोन्ही हाताचे खांदे घट्ट पकडून तिला आपल्याजवळ ओढून घेतलं. त्याने असं अचानक तिला ओढल्यामुळे तिचा तोल जाऊन तिने तिचे हात त्याच्या छातीवर ठेवले. त्याने रागाने तिच्या हाताकडे बघितलं. त्याबरोबर तिने आपले हात खाली केले. तो तिच्याकडे रागाने पाहत होता आणि ती त्याच्याकडे घाबरून पाहत होती.

"काय मिळालं तुला हे सगळं करून? सांग नाsss!"

तो ओरडला. तिने डोळे घट्ट मिटले.

"स्पीक अपss!"

"म..म.." तिच्या तोंडातून एकही शब्द बाहेर पडत नव्हता

त्याने वैतागून तिला धक्का मारला, तशी ती खाली पडली. तो मागे वळून न पाहता तिथून निघून गेला. तिच्या डोळ्यातून पाणी यायला लागले. ती ओक्षाबोशी रडायला लागली. काही वेळाने तिला काहीतरी आठवलं त्याबरोबर तिने स्वतःला सावरून डोळ्यात आलेले पाणी पुसलं.

"नाही हर्षिता, तुला असं रडून, हार मानून चालणार नाही. तुला खंबीर राहून तुझं उद्दिष्ट पूर्ण करायचं आहे. तुला तुझ्या अयानसाठी हे करावंच लागेल." ती स्वतःशीच म्हणाली

7

आज रविवार होता. ऑफिसला सुट्टी होती त्यामुळे कैवल्य घरीच होता. असही त्याच्या हातातून प्रोजेक्ट गेल्यापासून त्याचं ऑफिसमध्ये अजिबात लक्ष लागत नव्हतं. तो त्याच्या केबिनमध्ये शांतपणे बसून राहायचा. कोणाशी कामाव्यतिरिक्त जास्त काही बोलत नव्हता. घरी आल्यावरही फक्त थोड्यावेळ डॅडजवळ बसायचा. बाकी कोणाशी काही बोलायचा नाही. हर्षिताकडे तर तो बघत ही नव्हता.

पुढच्या आठवड्यात गुरुवारी त्याचं आणि हर्षिताच लग्न होणार होतं. घरात लग्नाची तयारी सुरू झाली होती. दुसऱ्या दिवसापासून लग्नाचे फ़ंक्शन सुरू होणार होते. लग्नाची थोडी खरेदी करायची बाकी होती.

कैवल्य आंघोळ करून तयार होत होता. तेव्हा मॉम त्याच्या रूममध्ये आली.

"कैवल्य, आज तुला सुट्टी आहे, तर आपण लग्नाच्या खरेदीसाठी जाऊया." मॉम म्हणाली

कैवल्य मॉमकडे पाहून म्हणाला,

"तुम्हाला जी काही खरेदी करायची आहे ती करून घ्या. मी नाही येणार."

"अरे, असं कसं? एकवेळ कपडे वैगरे आम्ही आणू शकू; पण हर्षितासाठी मंगळसूत्र घ्यायचं आहे ते तूच घ्यायला हवं."

"मॉम, तुला माहीत आहे ना, आमचं लग्न कायमस्वरूपी नाहीये. एक कॉन्ट्रॅक्ट मॅरेज आहे. डॅड बरे झाले की, मी तिला डिव्होर्स देणार

आहे. मग त्यासाठी उगीच मंगळसूत्राचा खर्च कशाला करायचा? खोटं मंगळसूत्र घातलं तरी चालेल की." कैवल्य म्हणाला

"कैवल्य, वेडा आहेस का तू? एकतर मला तुझं हे कॉन्ट्रॅक्ट मॅरेज वैगरे पटलेलं नाहीये. पण तरीही मी मनाविरुद्ध तुला हो म्हटलं. अरे, लग्न म्हणजे भातुकलीचा खेळ नसतो. भातुकलीच्या खेळात एकवेळ आपण एका बाहुल्याचं लग्न दुसऱ्या बाहुलीबरोबर कितीहीवेळा करू शकतो. पण खऱ्या आयुष्यात लग्न हे एकदाच होतं."

कैवल्य हसला.

"रिअली मॉम? मग हर्षिता ने पण माझ्याशी लग्न करायला नको. कारण तिचं लग्न आधी झालं होतं आणि हे तिचं दुसरं लग्न आहे."

"तुला काही समजावणं खरंच कठीण आहे. ठीक आहे, नको येऊस तू आमच्याबरोबर. मी आणि तृप्ती घेऊन जाऊ तिला खरेदीसाठी. खूष?" मॉम ने हार मानली

त्याने फक्त मान हलवली.

"हर्षिता, आपल्याला लग्नाच्या खरेदीसाठी जायचं आहे. लवकर तयार हो." मॉम म्हणाली

"कैवल्य पण येणार आहेत का?" हर्षिता ने हळूच विचारलं

"नाही. तो नाही येणार." मॉम म्हणाली

"अच्छा!"

"तू लवकर तयार हो. आपण अर्ध्या तासात निघुया." मॉम म्हणाली

"हो."

कैवल्य हॉलमध्ये त्याचा मोबाईल बघत बसला होता. हर्षिता तयार होऊन हॉलमध्ये आली. तिने एक नजर कैवल्यवर टाकली. त्यानेही डोळ्याच्या कोपऱ्यातून तिच्याकडे बघितलं. ती आपल्याकडे बघत आहे हे बघून तो परत मोबाईल बघायला लागला.

"तीन दिवस झाले, कैवल्य माझ्याशी काहीच बोलले नाहीत. माझ्याकडे बघितलंही नाही त्यांनी. हे जर असच वागत राहिले, तर माझं उद्दिष्ट पूर्ण कसं होईल? कसही करून मला यांच मन जिंकाव लागेल." हर्षिता मनात विचार करत होती

"मॉम, मी तर प्रत्येक फ़ंक्शनसाठी एक वेगळा ड्रेस घेणार आहे. आफ्टरऑल, मी करवली आहे." तृप्ती ऐटीत म्हणाली

मॉम हसली.

"हो बाई. तुला हवे तितके ड्रेस घे." मॉम म्हणाली

तृप्ती आणि मॉमला येताना पाहून हर्षिता त्यांच्याजवळ आली.

"कैवल्य, आम्ही येतो थोड्याचवेळात. भूक लागली तर जेवून घे." मॉम म्हणाली

कैवल्य ने फक्त "हं." म्हणून मान हलवली.

तिघी जणी खरेदीसाठी बाहेर पडल्या.

लग्नाची सगळी खरेदी झाली होती. दुसऱ्या दिवशी एंगेजमेंट आणि संगीत चे फंक्शन होणार होते. रात्री जेवण झाल्यावर मॉम, तृप्ती, हर्षिता, रिचा आणि कैवल्य डॅडच्या रूममध्ये बसले होते. मॉम आणि तृप्ती जरा जास्तच एक्साईटेड होत्या.

"मॉम, उद्या एंगेजमेंट झाल्यानंतर संगीतचे फंक्शन आहे. त्यासाठी मी एक गेम ठरवला आहे." तृप्ती म्हणाली

"काय गेम?" मॉम ने विचारलं

"आपण प्रत्येकाच्या नावाच्या चिठ्या बनवूया. डॅड दोन चिठ्या उचलतील आणि माझ्याकडे देतील. त्या चिठ्यांमध्ये ज्यांची नावं असतील ते एकत्र डान्स करतील. व्हॉट से?" तृप्ती ने सगळ्यांकडे बघत विचारलं

हर्षिता काहीच बोलली नाही. तिने कैवल्यकडे पाहिलं. कैवल्य हाताची घडी घालून मक्खपणे बसला होता.

"बोरिंग." रिचा तोंड वाकडं करत म्हणाली

तृप्ती ने लगेच नाक मुरडलं.

"कैवल्य, तुला काय वाटत?" मॉम ने विचारलं

"तुम्हाला जे हवं ते करा."

एवढं बोलून तो एकदा हर्षिताकडे बघून तिथून निघून गेला. तो गेल्यावर रिचा त्याच्यामागे गेली.

"मॉम, हर्षिता तुम्ही सांगा." तृप्ती म्हणाली

"मला तर काही चालेल. हर्षिता, तू सांग." मॉम म्हणाली

"मलाही चालेल." हर्षिता म्हणाली

"ओके. म्हणजे हा गेम फिक्स." तृप्ती म्हणाली

"हो फिक्स." मॉम म्हणाली

हर्षिता तिच्या रूममध्ये आली. झोपायच्या आधी तिने तिच्या आईला फोन लावला.

"हॅलो आई, कशी आहेस?" तिने विचारलं

"बरी आहे. तू कशी आहेस? तिथे सगळं व्यवस्थित आहे ना? कोणाला काही संशय तर आला नाही?" आई ने विचारलं

"मी पण ठीक आहे. लग्नाची तयारी सुरू आहे इथे. उद्या पासून एकेक फंक्शन सुरू होणार आहेत. उद्या साखरपुडा आणि संगीतचा कार्यक्रम आहे. कॉन्ट्रॅक्ट मॅरेज असून एवढं सगळं करणार आहेत. खरं लग्न असत, तर माहीत नाही काय केलं असत."

"ते काय मोठी लोकं आहेत. भरपूर पैसा आहे. म्हणून करू शकतात एवढा खर्च."

"हम्म! ते पण आहेच."

"हर्षु, मला तुझी खूप काळजी वाटते. भीती वाटते, त्यांना तुझ्या तिथे येण्यामागचा उद्देश समजला, तर माहीत नाही ते काय करतील?" मॉम काळजीने म्हणाली

"आई, तू काळजी करू नकोस. मी खूप सांभाळून काम करते. कोणाला काही समजणार नाही."

"ते काही असलं तरी मला काळजी वाटणारच. आई आहे मी तुझी."

"हम्म! आई, अयान झोपला का?"

"हो आत्ताच. दिवसभर मम्मा मम्मा करत असतो. तरी आता त्याची शेजारच्या मुलाशी मैत्री झाली आहे. त्याच्याबरोबर खेळतो."

"मला त्याची खूप आठवण येते. असं वाटत त्याला एकदा भेटायला यावं."

"मग ये ना."

"नाही आई. आता जर मी तिथे आले, तर मी पुन्हा इथे येऊ शकणार नाही. आता काही महिने त्याच्यापासून दूर राहणंच योग्य आहे." तिने तिच्या डोळ्यात आलेलं पाणी पुसलं

"ठीक आहे. तू स्वतःची काळजी घे."

"हो आई. तू पण काळजी घे. मला पुढचे काही दिवस फोन करायला जमणार नाही. तर माझी काळजी करू नकोस."

"बरं."

हर्षिता ने फोन कट केला.

सकाळ पासूनच संध्याकाळच्या संगीत आणि एंगेजमेंटची तयारी सुरू झाली होती. हॉलमध्ये सगळे डेकोरेशनचे काम सुरू होते. एक छोटा स्टेज देखील बांधला होता. स्टेज पूर्ण ऑर्किडच्या फुलांनी सजवला होता. मागे भिंतीवर हार्ट शेपमध्ये 'हर्षिता वेड्स कैवल्य' लिहिलं होतं.

रिचा तिच्या रुममधून नुकतीच झोपेतून उठून जांभई देत हॉलमध्ये आली. तिचे खाली लक्ष नव्हते त्यामुळे खाली काही लाईट्सच्या वायर होत्या त्या वायरमध्ये तिचा पाय अडकला. पाय अडकून ती वेडीवाकडी पडली. तिला पडलेलं पाहून तिथे काम करणारे सगळेजण घाबरले.

"आहहहsss! गॉड! माझा पाय. कैवल्यss!" ती पाय पकडून कळवळत जोरात किंचाळली

तिचा किंचाळण्याचा आवाज ऐकून कैवल्य धावत बाहेर आला. मॉम, तृप्ती आणि हर्षिताही आल्या.

"रिचा, काय झालं? तू अशी खाली का बसली आहेस?" कैवल्य ने विचारलं

"मला न सोफ्यावर बसून कंटाळा आला, म्हणून मी खाली बसले." रिचा स्वतःचा राग कंट्रोल करून थोडं हसत म्हणाली

कैवल्य तिच्याकडे गोंधळून पाहायला लागला.

"यु इडियट! तुला दिसत नाहीये मी पडली आहे ते." ती चिडून म्हणाली

"ओह सॉरी."

कैवल्य लगेच तिच्याजवळ आला. तो तिला आपल्या दोन्ही हातात उचलून तिच्या रूममध्ये घेऊन गेला. हे पाहून मॉम आणि तृप्ती ने नाक मुरडलं. हर्षिताला मात्र काही फरक पडला नाही.

8

कैवल्य रिचाला तिच्या रूममध्ये घेऊन आला. त्याने तिला अलगद बेडवर बसवलं. ती अजूनही कळवळत होती.

"कैवू, प्लिज डु समथिंग." रिचा पाय धरून म्हणाली

कैवल्य लगेच फर्स्ट एड बॉक्स घेऊन आला. त्याने त्या बॉक्समधून एक मलम बाहेर काढलं आणि रिचाच्या पायाला लावलं.

"आता थोड्यावेळ अशीच बसून रहा. अजिबात हलू नकोस." कैवल्य म्हणाला

रिचाने मान हलवली.

मॉम आणि तृप्ती रूमच्या बाहेर उभ्या राहून सगळं बघत होत्या.

"मॉम, बरं झालं ही पडली ते." तृप्ती म्हणाली

"का गं?" मॉम ने न समजून विचारलं

"अगं, आता संगीतच्या वेळेस ती डान्स करू शकणार नाही. म्हणजे कैवल्य बरोबर हर्षिताला डान्स करता येईल. समजलं?" तृप्ती ने विचारलं

"हो गं! खरंच!" मॉम खूष झाली

दुपारी कैवल्यला आशुतोषचा फोन आला. त्याच्याशी फोनवर बोलल्यावर कैवल्य लगेच तयार होऊन ऑफिसमध्ये जायला निघाला. त्याने खरं तर लग्नापर्यंत सुट्टी घेतली होती, पण आता अचानक त्याला जावं लागत होतं.

"अरे, तू आता कुठे ऑफिसमध्ये चालला आहेस? संध्याकाळी एंगेजमेंट आहे." मॉम म्हणाली

"आय नो मॉम. मी येईन वेळेत. पण आता मला जावं लागेल."

एवढं बोलून तो निघून गेला. त्याला जाताना हर्षिता ने पाहिलं.

"यांना असं अचानक कोणतं काम आलं?" ती मनात विचार करत होती

संध्याकाळी हर्षिता एंगेजमेंटसाठी तयार झाली. तिने गुलाबी रंगाचा इव्हीनिंग गाऊन घातला होता. हलकासा मेकअप केला होता. केस कर्ल करून दोन्ही बाजूच्या बटा एकत्र करून मागे एक छोटी पिन लावली होती आणि बाकीचे केस मोकळे सोडले होते. हातात, कानात आणि गळ्यात गाऊनला मॅचिंग इमिटेशन ज्वेलरी घातली होती.

खूपच सुंदर दिसत होती हर्षिता.

मॉम आणि तृप्ती देखील मस्त तयार झाल्या होत्या. मॉम ने लाल रंगाची, निळे काठपदर असलेली साडी नेसली होती. केसांचा एक सैलसर अंबाडा बांधला होता. गळ्यात, कानात आणि हातात सोन्याचे दागिने घातले होते.

तृप्ती ने मोरपिशी रंगाचा इव्हीनिंग गाऊन घातला होता. हलका मेकअप केला होता. केस स्ट्रेट करून मोकळे सोडले होते. गळ्यात, कानात आणि हातात गाऊनला मॅचिंग इमिटेशन ज्वेलरी घातली होती.

घरातल्या काही नोकरांच्या मदतीने डॅड देखील लाल कुर्ता आणि पांढरा पायजमा घालून तयार झाले. रिचाला काही विशेष उत्साह नव्हता या सगळ्यात, पण तरीही ती मोरपिशी रंगाचा अनारकली ड्रेस घालून तयार झाली. हलका मेकअप केला. ड्रेसला मॅचिंग इमिटेशन ज्वेलरी घातली. तिचा अजूनही पाय दुखत होता त्यामुळे ती थोडी त्रस्त होती.

कैवल्य अजून ऑफिसमधून आला नव्हता. सगळे तयार होऊन त्याची वाट पाहत होते.

"तृप्ती, जरा फोन करून विचार कैवल्यला, कुठे पोहचला ते." मॉम म्हणाली

"हो विचारते."

तृप्ती ने लगेच कैवल्यला फोन लावला आणि स्पीकर वर ठेवला. नुसती रिंग वाजत होती तो फोन उचलत नव्हता. रिंग वाजून वाजून फोन कट झाला.

"परत लावून बघ." मॉम म्हणाली

तृप्ती ने पुन्हा फोन लावला. आताही त्याने फोन उचलला नाही.

"कुठे गेला हा मुलगा." मॉम ला काळजी वाटायला लागली

हर्षिताच्या मनात मात्र वेगळाच विचार आला.

"कैवल्य माझ्यावर रागावले होते. त्या रागात त्यांनी माझ्याशी लग्न न करण्याचा तर निर्णय नसेल घेतला? ओह गॉड! असं झालं तर...नाही! त्यांना माझ्याशी लग्न करावंच लागेल."

तेवढ्यात डोअर बेल वाजली. एका नोकराने दरवाजा उघडला. कैवल्य आला होता. त्याला आलेलं पाहून सगळ्यांचाच जीव भांड्यात पडला.

"अरे कैवल्य, किती उशीर!" मॉम त्याच्या जवळ येत म्हणाली

"सॉरी मॉम. कामच तसं आलं होतं." तो म्हणाला

"बरं ठीक आहे. आता पटकन तयार होऊन ये."

"हो आलोच."

एवढं बोलून तो त्याच्या रूममध्ये गेला.

थोड्याचवेळात कैवल्य तयार होऊन बाहेर आला. त्याने पांढरा कुर्ता, त्यावर हाल्फ गुलाबी जॅकेट घातलं होतं. कुर्त्याच्या बाह्या त्याने कोपरापर्यंत दुमडल्या होत्या. त्याखाली पांढरा पायजमा घातला होता. केस व्यवस्थित जेल लावून सेट केले होते. डाव्या हाताच्या मनगटावर घड्याळ लावलं होतं.

कैवल्य तयार होऊन बाहेर आल्यावर हर्षिता ने त्याच्याकडे पाहिलं. तो आधीच हँडसम होता, त्यात आज जरा जास्तच हँडसम दिसत होता. त्यामुळे हर्षिताची नजर काही केल्या त्याच्यावरून हटत नव्हती.

अशीच काहीशी गत कैवल्यची झाली होती. तो देखील हर्षिताकडे एकटक पाहत होता. तो तिच्यावर रागावलेला आहे, हे तो विसरूनच गेला होता.

त्या दोघांना एकमेकांकडे पाहताना बघून रिचाचा चांगलाच जळफळाट होत होता. मॉम आणि तृप्ती मात्र खूप खूष होत्या.

"उहम्म उहम्म!" तृप्ती ने कैवल्य आणि हर्षिताच लक्ष वेधून घेण्यासाठी घसा खांकरला

त्या दोघांनी लगेच तृप्तीकडे बघितलं.

"तुमचं एकमेकांना बघून झालं असेल, तर आपण एंगेजमेंट सुरू करूया का?" तृप्ती ने हसून विचारलं

दोघांनी काही न बोलता फक्त मान हलवली.

कैवल्य आणि हर्षिता एकमेकांच्या शेजारी बसले होते. मॉम ने सगळ्यात आधी हर्षिता ला हळद कुंकू लावून ओवाळलं. त्यानंतर मॉम ने एक साडी तिला भेट म्हणून दिली. तीच साडी ती लग्नात नेसणार होती. मग तिची ओटी भरली. काही सोन्याचे दागिनेही दिले. सगळ्यात शेवटी मग पेढ्याने भरलेला पुडा तिच्या हातात दिला.

हर्षिताच्या बाजूने कोणीच नव्हतं, त्यामुळे कैवल्यलाही मॉमनेच ओवाळून त्याच्यासाठी घेतलेली सोन्याची चेन दिली. तो लग्नात जी शेरवानी घालणार होता ती शेरवानी भेट म्हणून दिली. मग पेढ्याने भरलेला पुडा दिला.

हे सर्व झाल्यावर अंगठी घालण्यासाठी दोघेही उठून उभे राहिले.

"हर्षिता, आधी तू कैवल्यच्या बोटात अंगठी घाल." मॉम म्हणाली

हर्षिता ने मान हलवली. तृप्ती ने तिच्या हातात अंगठी दिली.

हर्षिता ने हळूच कैवल्यकडे पाहिलं. त्याच्या चेहऱ्यावर कोणत्याही प्रकारचे भाव नव्हते. तो हर्षिताकडे बघतही नव्हता. त्याने अजून आपला हात देखील पुढे केला नव्हता. हर्षिता त्याच्या हात पुढे करण्याची वाट पाहत होती.

"कैवल्य, हात पुढे कर." मॉम म्हणाली

कैवल्य ने आपला हात पुढे केला. हर्षिता ने त्याच्या बोटात अंगठी घातली. मॉम आणि तृप्ती ने खूष होऊन टाळ्या वाजवल्या. रिचाने तोंड वाकडं करत हळूहळू वाजवायच्या म्हणून टाळ्या वाजवल्या. आता हर्षिता ने आपला हात पुढे केला. तृप्ती ने कैवल्यच्या हातात अंगठी दिली. कैवल्य ने हर्षिताच्या बोटात अंगठी घातली. परत मॉम आणि तृप्ती ने टाळ्या वाजवल्या. यावेळेस रिचाने टाळ्या वाजवायचे कष्ट घेतले नाहीत.

मॉम डॅडजवळ आली.

"अहो, तुमचं स्वप्न आता पूर्ण होणार आहे. रवींद्र भाऊजींची मुलगी हर्षिता, आपली सून होणार." मॉम खूष होऊन म्हणाली

हे ऐकून डॅड ने एकदम चमकून मॉमकडे बघितलं. अचानक ते थरथर कापायला लागले. त्यांना घाम फुटला. हे पाहून मॉम घाबरली.

"कैवल्य, लवकर ये. यांना बघ काय होतंय." मॉम घाबरून ओरडली

मॉमचा ओरडण्याचा आवाज ऐकून कैवल्य, तृप्ती धावत डॅडजवळ आले. कैवल्य ने डॅडच्या खांद्यावर हात ठेवून त्यांना उठून उभ राहायला मदत केली. तो हळूहळू त्यांना त्यांच्या रूमपर्यंत घेऊन जात होता.मॉम आणि तृप्ती देखील कैवल्यच्या मागे गेल्या. हर्षिताही त्याच्या मागे जायला निघाली तेव्हा रिचाने तिला अडवलं.

"हे यु! काही गरज नाहीये लगेच त्यांच्या मागे जायची. कैवल्य आहे ना, तो करेल सगळं

हँडल." रिचा म्हणाली

"पण.."

"शट अप!" रिचा ओरडली

हर्षिताला तिथेच थांबायला सांगून रिचा लंगडत लंगडत कैवल्यच्या मागे गेली.

9

हर्षिता डॅडच्या रूमच्या बाहेरच उभी होती. डॅड बेडवर डोळे मिटून लोळले होते आणि कैवल्य त्यांच्याशेजारी बसून त्यांचे हात चोळत होता. त्यांची थरथर अजून कमी झाली नव्हती. त्यांचे अंग थंड पडले होते. मॉम डॅडच्या पायाशी बसली होती. तृप्ती डॉक्टरना फोन लावत होती.

"तृप्ती, लागला का फोन डॉक्टर ना?" कैवल्य ने विचारलं

"नाही. ते उचलतच नाहीयेत फोन."

"तू लावत राहा. कधीतरी उचलतील."

"हो."

"अहो, काय होतंय तुम्हाला?" मॉम ने घाबरून विचारलं

"मॉम, रिलॅक्स! घाबरु नकोस. डॅड आज खूपवेळ बसले होते त्यामुळे त्यांना त्रास झाला असेल." कैवल्य मॉमला धीर देत म्हणाला

"मॉम, तुम्ही डॅडना असं काय सांगितलं ज्यामुळे अचानक त्यांना त्रास झाला?" रिचाने संशयाने विचारलं

"मी तर त्यांना फक्त एवढंच म्हटलं की, हर्षिता आपली सून होणार." मॉम विचार करत म्हणाली

"ओह! मग याच गोष्टीचा त्यांना शॉक बसला असणार." रिचा म्हणाली

"रिचा, माझं आणि हर्षिताच लग्न व्हावं हे डॅडच स्वप्न होतं. त्यांचं स्वप्न पूर्ण होणार या गोष्टीचा त्यांना शॉक का बसेल?" कैवल्य म्हणाला

"आता ते मी कसं सांगू? मी मला जे वाटलं ते सांगितलं." रिचा खांदे उडवत म्हणाली

हर्षिता रिचाच बोलणं ऐकून मनात विचार करायला लागली.

"रिचा जसं म्हणाली तसं खरचं काकांना मी त्यांची सून होणार हे ऐकल्यावर धक्का बसला असेल, तर काय कारण असेल यामागे? भूतकाळात काही झालं असेल का?"

थोड्यावेळात डॉक्टर आले. डॉक्टरांनी डॅडना तपासलं.

"डॉक्टर, सगळ ठीक आहे ना?" मॉम ने विचारलं

डॉक्टरांनी एकदा सगळ्यांवर नजर फिरवली. मग गळ्यातला टेथस्कोप काढून ते गंभीरपणे म्हणाले,

"बाकी सगळ तर ठीक आहे, पण..."

"पण काय?" कैवल्य ने विचारलं

"त्यांना कोणत्यातरी गोष्टीचा मोठा धक्का बसला आहे. त्यांना कसलीतरी भीती वाटत आहे. त्या भीतीनेच ते असे थरथरत आहेत, त्यांचं अंग असं थंड पडलं आहे." डॉक्टर म्हणाले

"मॉम, मी म्हटलं होतं ना तुम्हाला, डॅडना हर्षिता तुमची सून बनणार या गोष्टीचा धक्का बसला असेल म्हणून." रिचा म्हणाली

"रिचा, शट अप!" कैवल्य ओरडला

रिचाचा चेहरा पडला.

कैवल्य ने विचारलं, "डॉक्टर, आम्ही डॅडची भीती कशी घालवू शकतो?"

"त्यांच्याशी वेगवेगळ्या गोष्टींबद्दल बोला. ज्या गोष्टींमुळे त्यांना त्रास होईल असं काही बोलू नका. कोणी ना कोणी सतत त्यांच्याबरोबर रहा. त्यांना एकटेपणाची जाणीव होऊ देऊ नका." डॉक्टर म्हणाले

"हो आम्ही त्यांच्याबरोबरच राहू. आम्ही पूर्ण काळजी घेऊ या गोष्टींची." मॉम म्हणाली

"ओके. मी या काही गोळ्या लिहून दिल्या आहेत. या दुपारी एक आणि रात्री एक पंधरा दिवस द्या." डॉक्टरांनी एक कागद कैवल्यच्या हातात दिला

"ओके डॉक्टर."

डॉक्टर निघून गेले. त्यांना बाहेरपर्यंत सोडायला कैवल्य देखील गेला.

रात्री सगळ्यांची जेवणं झाल्यावर हर्षिता तिच्या रूममध्ये आली. रूममध्ये आल्याबरोबर तिने तिच्या मोबाईल वरून फोन लावला. दोन रिंग मधेच समोरच्या व्यक्तीने फोन उचलला.

"बोल हर्षिता." ती व्यक्ती म्हणाली

"तुम्हाला माहितीच असेल, आज माझा साखरपुडा होता." हर्षिता म्हणाली

"हो नक्कीच. मग? झाला ना?" त्या व्यक्तीने विचारलं

"हो झाला. पण..."

"पण काय?"

"साखरपुडा झाल्यानंतर किशोर देशमुखांची तब्येत अचानक बिघडली."

"काय झालं त्याला?"

"माहीत नाही काय झालं, पण ते अचानक थरथरायला लागले. त्यांना खूप घाम फुटला. अंग एकदम थंड पडलं. डॉक्टर आले होते. ते म्हणाले, त्यांना कोणत्यातरी गोष्टीची भीती वाटतेय म्हणून."

"भीती? कसली?"

"माहीत नाही. तुम्हाला काही माहीत आहे का? भूतकाळात काही झालं होतं का?"

समोरच्या व्यक्तीने मध्ये थोडा पॉज घेतला.

"नाही. मला तर असं काही आठवत नाही." ती व्यक्ती विचार करून म्हणाली

"बरं ठीक आहे. मी ठेवते फोन."

"हो. तिथे जे काही होतंय ते सगळं मला कळव."

"हो."

हर्षिता ने फोन कट केला. मग वॉशरूममध्ये जाऊन ती फ्रेश झाली. फेश होऊन बाहेर येऊन ती झोपली.

कैवल्य त्याच्या रूममध्ये हातात गिटार घेऊन बसला होता. तो डोळे मिटून त्याच्याच नादात जोरजोरात गिटार वाजवत होता. त्या आवाजाने हर्षिताला जाग आली. ती झोपायचा प्रयत्न करत होती, पण गिटारच्या आवाजामुळे तिला झोप लागत नव्हती.

तिने रूममधला लाईट ऑन करून घड्याळात वेळ बघितली. रात्रीचे दोन वाजले होते. ती उठून बसली.

"ही काय वेळ आहे का गिटार वाजवायची. आता झोप पण लागत नाहीये." हर्षिता वैतागली

ती तशीच बेडवरून खाली उतरली. रूमचा दरवाजा उघडून ती बाहेर आली. कैवल्यच्या रूमच्या जवळ येऊन तिने आत नजर टाकली. कैवल्य अजूनही तसाच गिटार वाजवत होता.

"कैवल्य." तिने रूमच्या बाहेरूनच त्याला आवाज दिला

त्याला तिचा आवाज ऐकू आला नाही.

"कैवल्यsss." ती ओरडली

तिच्या आवाजाने लक्ष डायव्हर्ट होऊन त्याचं बोट कापलं गेलं. त्याच्या बोटातून रक्त यायला लागले. हे बघून हर्षिता घाबरली. ती लगेच धावत रूमच्या आत आली. कैवल्यला मात्र याचा जराही फरक पडला नाही. फक्त एकदा आपला हात हवेत झटकून तो परत गिटार वाजवायला लागला.

हर्षिता ने पुढे जाऊन त्याच्या हातातून गिटार काढून घेतली. त्याबरोबर त्याने तिच्यावर एक जळजळीत कटाक्ष टाकला.

"हर्षिता, मला माझी गिटार दे." तो आपल्या रागावर कंट्रोल ठेऊन कडक स्वरात म्हणाला

"कैवल्य, तुमचं बोट कापलं गेलंय. बोट कापलेलं असताना गिटार वाजवली तर बोट कापून झालेली जखम चिघळू शकते." हर्षिता म्हणाली

"तुला एकदा सांगितलेलं समजत नाही का? मी म्हटलं ना, माझी गिटार दे." तो जोरात ओरडला

"तुम्हाला पण समजत नाही का, मी काय म्हणतेय ते?" ती त्याच्याच टोनमधे म्हणाली

तो हाताची घडी घालून तिच्याकडे रागाने पाहायला लागला.

"फर्स्ट एड बॉक्स कुठे आहे?" तिने विचारलं

"कशाला?"

"तुमचं बोट कापलंय त्यावर औषध लावायला हवं."

"काही गरज नाही. मी स्वतः लावीन. तू फक्त माझी गिटार परत दे आणि जा."

"नाही. गिटार तर मी नाहीच देणार." ती ठामपणे म्हणाली

"अशी कशी नाही देणार?"

कैवल्य हर्षिताच्या जवळ आला. त्याने तिचे दोन्ही हात तिच्या पाठीमागे घट्ट पकडले आणि तिला आपल्याजवळ ओढून घेतलं. ती एकदम गोंधळून त्याच्याकडे बघायला लागली. त्याने एकदम शिताफीने तिच्या हातातून गिटार काढून घेऊन तिला जोरात मागे ढकललं. तिला असं अचानक मागे ढकल्यामुळे तिचा तोल गेला, पण तिने स्वतःला कसंबसं सावरलं.

"यु मे गो नाऊ, मिस हर्षिता." तो परत त्याच्या जागेवर बसत म्हणाला

"जाते. पण तुम्ही तुमच्या जखमेवर औषध लावायला विसरू नका."

एवढं बोलून ती तिथून निघून गेली. ती गेल्यावर कैवल्य ने स्वतःच्या बोटाकडे पाहिलं. रक्त पूर्ण सुकून गेलं होतं. बोटाला हलकीशी चिर पडली होती. त्याने उठून फर्स्ट एड बॉक्स काढला. आपली जखम साफ करून त्यावर मलम लाऊन एक बंडेज पट्टी लावली. हर्षिता रूमच्या बाहेर उभी राहून हे सगळ बघत होती. त्याने

तिचं ऐकलं हे बघून तिने हलकं स्मित केलं. तो त्याची गिटार बाजूला ठेऊन लाईट बंद करून झोपून गेला. त्याला झोपलेलं पाहून ती पण तिच्या रूममध्ये गेली.

10

आज संध्याकाळी मेंदीचे फंक्शन होणार होते. मॉम, तृप्ती आणि हर्षिता मेंदी फंक्शनसाठी तयार झाल्या होत्या. रिचाचा काही विशेष मूड नव्हता, पण तरीही ती पण तयार झाली होती.

सकाळपासून कैवल्य डॅडबरोबरच बसला होता. तो डॅडशी बोलत होता. त्यांची व्यवस्थित काळजी घेत होता. त्यामुळे मॉमला मेंदीची सगळी तयारी करता आली. मॉम ने एकदम प्रोफेशनल मेंदी वालीला बोलवलं होतं. हर्षिताला या सगळ्या गोष्टींचं खूप आश्चर्य वाटत होतं.

"तृप्ती, जरा फोन करून विचार त्या मेंदी वालीला कधी येतेय ते." मॉम म्हणाली

"हो मॉम."

तृप्ती ने मेंदी वालीशी बोलून फोन कट केला.

"मॉम, ती आता अर्ध्या तासात येते म्हणाली." तृप्ती म्हणाली

"बरं ठीक आहे."

हर्षिता शांतपणे बसून तिचा मोबाईल बघत होती. तेवढयात कैवल्य बाहेर आला. त्याने तिच्याकडे पाहिलं. तिचं त्याच्याकडे लक्ष नव्हतं. पण तो मात्र एकटक तिच्याकडे पाहत मनात विचार करत होता.

"काल माझं बोट कापलं गेलं तर किती घाबरली होती ही. माझी एवढी काळजी का वाटत होती हिला? हिच्या मनात माझ्याविषयी काही असेल का?"

तेवढयात तिने मान वर करून त्याच्याकडे पाहिलं. दोघांची नजरानजर झाली. त्याबरोबर त्याने आपली नजर दुसरीकडे फिरवली.

आता ती मनात विचार करायला लागली.

"यांना काय झालं? असं का पाहत होते माझ्याकडे? काही सांगायच असेल का यांना मला?"

"अरे कैवल्य, बरं झालं तू आलास ते. या कपाटावर एक बॅग आहे ना, ती जरा खाली काढून दे." मॉम किचनमधून बाहेर येत म्हणाली

"हो देतो."

कैवल्य ने एका स्टुलावर चढून बॅग काढून मॉमकडे दिली.

"अजून काही मदत हवी आहे का?" त्याने विचारलं

"नाही."

"ओके."

तो परत डॅडच्या रूममध्ये जात होता. तेव्हा ती त्याच्यासमोर आली.

"कशी आहे तुमची जखम?" तिने विचारलं

"ठीक आहे." तो निर्विकारपणे म्हणाला

ती पुढे काही बोलणार त्याआधी तो तिथून निघून गेला. तिला या गोष्टीचं एवढं वाईट वाटलं नाही. कारण तिला त्याचं असं वागणं अपेक्षित होतं.

मेंदी वाली आली. तिच्याबरोबर अजून दोन जणी आल्या होत्या. एक मेंदी वाली हर्षिताच्या हातावर मेंदी काढत होती आणि दुसऱ्या दोघी जणी तृप्ती आणि मॉमच्या हातावर मेंदी काढत होत्या.

"नीलम, हर्षिताच्या हातावर एकदम छान मेंदी काढ हं. नवरी मुलगी आहे ती." मॉम हसून म्हणाली

"येस मॅम." नीलम म्हणाली

"मॅम, तुमच्या हातावर तुमच्या होणाऱ्या नवऱ्याचे नाव लिहू की, फक्त नावाचे पहिले अक्षर लिहू?" नीलम ने हर्षिताला विचारलं

हर्षिता ने मॉमकडे पाहिलं.

"सांग हर्षिता." मॉम म्हणाली

"अं..नाव लिहा." ती हळूच म्हणाली

"ओके. काय नाव आहे त्यांचं?" नीलम ने विचारलं

"कैवल्य." ती नजर झुकवून म्हणाली

"ओके."

नीलम ने हर्षिताच्या हातावर सुंदर मेंदी काढली आणि त्याबरोबर कैवल्यचं नाव देखील लिहिलं.

तृप्तीची मेंदी काढून झाल्यावर मेंदी वाली रिचाच्या जवळ आली.

"मॅम, तुमच्या हातावर पण मेंदी काढायची आहे ना?" दुसऱ्या मेंदी वाली ने विचारलं

"नोss! आय हेट मेंदी." रिचा तोंड वाकडं करत म्हणाली

ती मेंदी वाली रिचाकडे आश्चर्याने पाहायला लागली. हर्षितालाही रिचाला मेंदी आवडत नाही हे ऐकून आश्चर्य वाटलं.

"व्हॉट? व्हाय आर यु लुकिंग ॲट मी लाईक धिस?"गो!" रिचा चिडून म्हणाली

बिचारी मेंदी वाली घाबरून नीलम जवळ आली. मॉम ने नीलम ला पैसे दिले. पैसे घेऊन नीलम आणि दुसऱ्या मेंदी वाल्या निघून गेल्या. रिचाचा आवाज ऐकून कैवल्य रूमच्या बाहेर आला.

मेंदी वाल्या गेल्यावर मॉम रिचाजवळ आली.

"रिचा, ही काय पद्धत झाली का कोणाशी बोलायची?" मॉम ने कडक स्वरात विचारलं

"मॉम, मला माहित आहे कोणाशी कसं बोलायच असत. ते तुम्ही मला सांगायची काही गरज नाही." रिचा डोळे फिरवत म्हणाली

मॉम यावर काही बोलणार त्याआधी कैवल्य ने पुढे येऊन रिचाच्या थोबाडीत मारली. मॉम, तृप्ती आणि हर्षिता कैवल्यकडे आश्चर्यचकित होऊन बघायला लागल्या. रिचाला तर शॉकच बसला.

"तुझी हिम्मत कशी झाली मॉमशी असं बोलण्याची?" कैवल्य भडकला

"कैवू, मी तर फक्त..."

"से सॉरीss!"

"अं?"

"सेss सॉरीss!"

"अं..येस..स..सॉरी." रिचा भेदरून म्हणाली

मॉम तर कैवल्यचा हा नवीन अवतार बघून थक्क झाली होती. तो याआधी रिचाशी असा कधीच वागला नव्हता. फार क्वचित तिच्यावर

ओरडला असेल, पण असं थोबाडीत तर नक्कीच मारलं नव्हतं त्याने.

"मॉम, मी पण रिचाच्या वतीने तुला सॉरी म्हणतो." कैवल्य म्हणाला

"अरे, तू कशाला सॉरी म्हणतोस. मला माहित आहे तिचा स्वभाव." मॉम म्हणाली

"वन्स अगेन सॉरी मॉम." रिचा चेहऱ्यावर भोळेपणाचे भाव आणून म्हणाली

"हम्म. ठीक आहे." मॉम म्हणाली

हातावर मेंदी असल्यामुळे तृप्ती, मॉम आणि हर्षिताला आज जेवणासाठी कोणाचीतरी मदत घ्यावी लागणार होती. रिचाने मेंदी लावली नव्हती त्यामुळे ती स्वतःहून जेवत होती.

"मॉम, तृप्ती डोन्ट वरी. मी आहे ना, मी भरवतो तुम्हाला." कैवल्य म्हणाला

"नाही. तू तुझ्या होणाऱ्या बायकोला भरवं. आम्हाला रिचा भरवेल. काय गं? भरवशील ना?" मॉम ने रिचाला विचारलं

"मी?" रिचाने आश्चर्याने विचारलं

"हो तूच."

"मॉम, मी तुम्हाला भरवतो. रिचा, तू हर्षिताला भरवं." कैवल्य म्हणाला

"कैवल्य, मी म्हटलं ना. तू हर्षिताला भरवं." मॉम म्हणाली

कैवल्य ने लगेच हर्षिताकडे पाहिलं. तिने त्याच्याकडे पाहून मान नकारार्थी हलवली. त्याने डोळ्याने मॉमकडे इशारा करून खांदे उडवले. तिने एकदा मॉमकडे पाहिलं आणि मग त्याच्याकडे पाहून मान होकारार्थी हलवली.

कैवल्य हर्षिताचे जेवणाचे ताट घेऊन तिच्याजवळ बसला. त्याने चपातीला भाजी लावून तिच्याकडे न बघता तो घास हर्षिताच्या तोंडाजवळ नेला. हर्षिता ने तो हळूच खाल्ला. मॉम आणि तृप्ती हे बघून गालातल्या गालात हसत होत्या. रिचा त्या दोघांना पाहून तावातावाने एकावेळेस दोन तीन घास एकदम आपल्या तोंडात कोंबत होती. कैवल्य ने चेहऱ्यावर कोणतेही भाव न आणता हर्षिताला जेवण भरवलं.

हर्षितालाही त्याने तिला भरवलेलं विशेष पटलं नव्हतं. पण ती मॉमसमोर काही बोलू शकली नाही.

11

जेवण झाल्यावर हर्षिता तिच्या रूममध्ये बसली होती तेव्हा तिचा फोन वाजला. हातावरची मेंदी आता सुकली होती तरी तिने हेडफोन लावून फोन रिसिव्ह केला.

"हॅलो."

"काय गं, काय म्हणतोय किशोर देशमुख?" समोरच्या व्यक्तीने विचारलं

"बरे आहेत."

"त्याला कसली भीती वाटत होती, काही समजलं का?"

"अजून तरी नाही समजलं."

"लवकर समजून घे. त्याची भीती सुद्धा आपल्या कामी येऊ शकते."

"त्यांची भीती आपल्या कामी कशी येईल?" हर्षिता ने न समजून विचारलं

"तू आधी त्याला कसली भीती वाटतेय ते शोधून काढ. मग मी सांगतो कशी कामी येईल त्याची भीती ते." समोरची व्यक्ती कडक स्वरात म्हणाली

"हो."

"गुड नाईट, डॅड." कैवल्य डॅडच्या अंगावर ब्लँकेट घालत म्हणाला

डॅड डोळे मिटून लोळले होते. कैवल्य लाईट बंद करून रूमच्या बाहेर आला. त्याने रूमचा दरवाजा ओढून घेऊन पूर्ण बंद न करता त्याला थोडीशी फट ठेवली. मॉम अजून रूममध्ये आली नव्हती.

डॅडनी हळूच डोळे उघडून उठून बसत बेडजवळचा लाईट लॅम्प लावला. त्यांनी बसल्या बसल्या वाकून दरवाज्याकडे बघितलं. त्यांना दरवाजा बंद दिसला. दरवाज्याला असणारी फट त्यांना दिसली नाही.

त्यांनी हळूच आपल्या उशी खालून मोबाईल काढला. तो ऑन करून त्यांनी कोणालातरी फोन लावला. दोन तीन रिंगनंतर समोरच्या व्यक्तीने फोन उचलला.

"काय रे, काय झालं? एवढ्या वर्षांनी कसा फोन केलास?" समोरच्या व्यक्तीने विचारलं

डॅड पुन्हा दरवाज्याकडे बघून कापऱ्या स्वरात म्हणाले,

"हरीश, त्या रवींद्रची मुलगी माझ्या घरात आहे. माझ्या मुलाशी लग्न करणार आहे ती."

"कायss?" हरीशला हे ऐकून चांगलाच धक्का बसला

"हो. एवढी वर्ष मी, मला बोलता येत नाही असं नाटक जे सत्य लपवण्यासाठी केलं, ते तिला समजणार तर नाही ना?" डॅड नी घाबरून विचारलं

"अरे, कसं समजेल? तू ते नाटक सुरूच ठेव."

"मी नाटक करीनच रे, पण एवढी वर्ष तिला काही समजेल अशी भीती नव्हती. आठ वर्षांपूर्वी माझ्याकडून जी चूक झाली त्याची शिक्षा मिळायला नको एवढीच चिंता होती मला. पण आता ती या घरची सून होईल. कायम ती इथे राहील. समजा तिला, मी घरात लपवून ठेवलेले पुरावे मिळाले तर?"

"तू मला सांग कुठे ठेवले आहेस तू पुरावे?" हरीश ने विचारलं

"स्टोअर रूममध्ये. जिथे कोणी जात नाही."

"जिथे कोणीच जात नाही, तिथे ती तरी कशाला जाईल?तू काळजी करू नकोस. तिला काही समजणार नाही."

"नक्की ना?"

"हो नक्की. तू घाबरू नकोस."

डॅड पुढे काही बोलणार त्याआधी त्यांना रूमच्या बाहेर कोणाचीतरी हालचाल जाणवली.

"हरीश, कोणीतरी येतंय. मी ठेवतो फोन."

एवढं बोलून डॅडनी फोन कट केला आणि मोबाईल स्विच ऑफ करून परत उशीखाली ठेवला. लाईट लॅम्प बंद करून अंगावर ब्लँकेट घेऊन ते डोळे मिटून लोळले.

मॉम रूमच्या आत आली. दरवाजा बंद करून ती पण डॅडच्या शेजारी जाऊन झोपली.

आज सकाळीच हर्षिता आणि कैवल्यची हळद होती. सगळ्यात आधी कैवल्यला हळद लागणार होती मग त्याची उष्टी हळद हर्षिताला लागणार होती.

घरातील सगळेच पिवळ्या रंगाचे कपडे घालून तयार झाले होते. हर्षिता आणि कैवल्य एकमेकांच्या शेजारीच बसले होते. सगळ्यात आधी मॉम ने कैवल्यला हळद लावली. तृप्ती ने तर त्याच्या पूर्ण चेहऱ्यावर हळद फासली. कैवल्य ने तृप्तीच्या चेहऱ्यावर हळद फासून लगेच त्याचा बदला घेतला.

"तृप्ती, कैवल्य ही हळद आहे. होळी कसली खेळताय." मॉम हसून म्हणाली

"मॉम, हिने आधी काय केलं ते बघितलंस ना?" कैवल्य ने विचारलं

"काय केलं मी?" तृप्ती चेहऱ्यावर एकदम भोळेपणाचे भाव आणून म्हणाली

"ओहो! ड्रामा क्विन!" कैवल्य ने तिचा कान ओढला

"आऊच!" तृप्ती ने आपला कान चोळला

बहीण भावाची मस्ती पाहून हर्षिताला गम्मत वाटली.

"बास आता! खूप झाली मस्ती." मॉम ओरडून म्हणाली

"हे तू हिला सांग." कैवल्य तृप्तीकडे इशारा करून म्हणाला

"मी दोघांनाही सांगितलं आहे."

तृप्ती ने कैवल्यकडे पाहून डोळे मिचकावले. कैवल्य ने तिला आपली जीभ दाखवली. तृप्ती त्याला तोंड वाकड करून दाखवून तिथून पळाली. कैवल्य लगेच तिच्या मागे धावत गेला.

"हे दोघं काही सुधारणार नाहीत." मॉम हसून म्हणाली

"काकू, बहीण भावाचं नातं किती गोड असतं. माझा कोणी भाऊ नाही त्यामुळे मला हे नातं कधी अनुभवायला मिळालं नाही. पण या दोघांना

पाहून खूप छान वाटलं." हर्षिता म्हणाली

मॉम ने हसून तिच्या डोक्यावरून हात फिरवला. तिने मॉमकडे पाहून हलकं स्मित केलं.

मॉम ने कैवल्यची उष्टी हळद हर्षिताला लावली. तृप्ती पण लगेच हर्षिताला हळद लावायला आली. कैवल्य लांब उभा राहून हर्षिताकडे बघत होता. तेवढ्यात रिचा त्याच्याजवळ आली.

"कैवू, आर यु शुअर, तुला हिच्याशी लग्न करायचं आहे?" रिचाने विचारलं

कैवल्य हर्षिताकडे बघत म्हणाला, "प्रॅक्टीकली येस, बट मेंटली नो!"

हे ऐकून रिचा खूष झाली. लगेच तिच्या ओठावर हसू उमटले.

"थॅंक गॉड! कैवल्य, हिच्याशी लग्न केल्यावर मला विसरू नकोस. यू नो ना, हाऊ मच आय लव्ह यू." रिचा कैवल्यच्या दंडाला पकडून लडिवाळपणे म्हणाली

कैवल्य ने रिचाकडे वळून तिचा हात आपल्या हातात घेतला.

"रिचा, मी तुला कसं विसरीन? यू आर माय स्वीटहार्ट!" कैवल्य तिच्या डोळ्यात पाहत म्हणाला

"स्वीटहार्ट? रियली?"

"येस ऑफकोर्स."

"देन व्हाय डिड यू स्लॅप मी?" रिचा ने नाराज होऊन विचारलं

"आय एम सॉरी रिचा. माझा मूड ठीक नव्हता काल. त्यात तू मॉमशी उद्धटपणे बोललीस ते ऐकून मला राग आला आणि म्हणून मी तुला मारलं. यापुढे असं नाही होणार."

"नक्की ना? प्रॉमिस?" रिचा ने हात पुढे करत विचारलं

"प्रॉमिस." कैवल्य ने तिच्या हातात आपला हात दिला

रिचा ने हसत कैवल्यला मिठी मारली. कैवल्य नेही तिला आपल्याजवळ घेतलं. मॉम आणि हर्षिता लांबून त्यांना बघत होत्या. मॉम ने हर्षिताकडे पाहिलं. तिच्या चेहऱ्यावर पहिल्यांदा नाराजी दिसत होती. मॉम ने तिच्या खांद्यावर हात ठेवला. ती मॉमकडे पाहून हलकं हसली. पण तिच्या या हसण्यात मॉमला कुठेतरी उदासीनता जाणवली.

12

हळदी नंतर हर्षिता आंघोळ करून, कपडे बदलून आरशासमोर जाऊन उभी राहिली. ती स्वतःला आरशात बघत होती. तिच्या गालावर हळदीमुळे एक वेगळीच चमक आली होती. पण तिच्या चेहऱ्यावर मात्र एक प्रकारची उदासीनता दिसत होती.

"स्माईल हर्षिता, स्माईल."

अचानक आलेला आवाज ऐकून हर्षिता ने चमकून आरश्यात नीट बघितलं. तिला त्या आरश्यात स्वतःचे प्रतिबिंब दिसत होते. ते तिच्याशी बोलत होते. ते प्रतिबिंब म्हणजेच तिचं दुसरं मन होतं.

"हर्षिता, तुझं देशमुखांच्या घरात येण्यामागचं उद्दिष्ट उद्या कैवल्यशी लग्न झाल्यावर तुला पूर्ण करता येणार आहे. या गोष्टीचा तुला आनंद व्हायला हवा. तुला असं उदास होऊन चालणार नाही."

"या गोष्टीचा आनंद आहे मला. पण माहीत नाही का, आज कैवल्यना रिचाबरोबर बघून मला काहीतरी वेगळंच वाटत होतं. काय, ते मी नाही सांगू शकत. कारण मलाच समजलं नाही." हर्षिता म्हणाली

हे ऐकून तिचे प्रतिबिंब हसायला लागले. ती त्या प्रतिबिंबाकडे गोंधळून पाहायला लागली.

"काय झालं?" हर्षिता ने गोंधळून विचारलं

"हर्षिता, तू खरच खूप भोळी आहेस. तुला हे कळतच नाही की, तू कोणाच्या प्रेमात पडली आहेस. तुझं पहिलं प्रेम उदय, तू त्याच्या प्रेमात पडली आहेस हे त्याने तुला सांगितलं तेव्हा तुला समजलं. तुमचं लग्न झालं, पण देवाची मर्जी काही वेगळीच होती. त्याने त्याला तुझ्यापासून

कायमचं दूर केलं. आता देवाने परत तुझ्या आयुष्यात प्रेम आणलं आहे. कैवल्यच्या रुपात. तुझं प्रेम आहे कैवल्य वर."

हर्षिता हे ऐकून स्तब्ध झाली.

"नाही! कसं शक्य आहे? मी ओळखतेच किती त्यांना. एवढ्या कमी वेळात प्रेम कसं होऊ शकेल?" हर्षिता स्वतःशी बोलत होती

"प्रेम तर पहिल्या नजरेतही होऊ शकतं, हर्षिता."

"हो होऊ शकतं, पण हे प्रेम नाहीये." हर्षिता म्हणाली

"प्रेम नाहीये मग तू एवढी उदास का झालीस कैवल्यला रिचाबरोबर बघून?"

यावर हर्षिता काहीच बोलली नाही. कारण या प्रश्नाचं उत्तर तिच्याकडे नव्हतं.

"हर्षिता."

मॉम ने मागून येत आवाज दिला तेव्हा ती एकदम भानावर आली. तिने आरशात पाहिलं तर तिथे आता तिचं प्रतिबिंब नव्हतं. ती एक सुस्कारा सोडून आपले केस कानामागे सरकवत मागे वळली.

"काय काकू?" तिने स्वतःला सावरत विचारलं

"अगं, काकू काय म्हणतेस? आता तर तू या घरची सून आणि कैवल्यची बायको होणार आहेस. म्हणजे आता मी कैवल्य बरोबर तुझीही मॉम होणार." मॉम हसून म्हणाली

ती किंचित हसली.

"म्हणशील ना मला मॉम?" मॉम ने विचारलं

"तुम्हाला आई म्हटलं तर चालेल?" तिने थोडं चाचरत विचारलं

"नाही." मॉम एकदम गंभीरपणे म्हणाली

हर्षिताचा चेहरा पडला.

"अगं, मला चालणार नाही, आवडेल." मॉम हसून म्हणाली

"आई." हर्षिता किंचित हसून म्हणाली

"आता कसं? खूप छान वाटलं मला." मॉम ने प्रेमाने तिच्या डोक्यावरून हात फिरवला

हर्षिता हसली.

"कैवल्य बोलवतोय तुला. काहीतरी बोलायचं आहे म्हणाला. जाऊन भेट त्याला." मॉम म्हणाली

हे ऐकून हर्षिताच्या छातीत धडधड व्हायला लागली. तिने फक्त मान हलवली. मॉम तिथून निघून गेली.

"काय बोलायचं असेल त्यांना? ते लग्न मोडणार तर नाहीत?"

हर्षिता मनात विचार करता करता कैवल्यच्या रूममध्ये आली. तो नेहमीप्रमाणे त्याची गिटार हातात घेऊन ती वाजवत बसला होता. ती दरवाज्यात उभी राहून एकटक त्याच्याकडे बघत होती.

अजूनही तिच्या छातीत धडधड होतं होती. पण ही धडधड भीतीमुळे नव्हती. कसली होती, हे तिलाही समजत नव्हतं.

"तुझं प्रेम आहे कैवल्य वर."

तिला तिच्या प्रतिबिंबाचं बोलणं आठवलं.

"खरच प्रेम आहे का माझं कैवल्य वर? नाही. हे प्रेम नाहीये. पण मग कैवल्यना बघून माझ्या छातीतली धडधड का वाढली? याआधी असं कधी झालं नव्हतं. मग आता का होतंय?" हर्षिता मनात स्वतःशी बोलत होती

"हर्षिता!"

कैवल्य ने तिला आवाज दिला. पण ती तिच्याच विचारात होती. त्यामुळे तिने काहीच रिस्पॉन्स दिला नाही. त्याने बऱ्याचवेळा तिला आवाज दिला. पण तरीही ती काहीच बोलली नाही. शेवटी वैतागून तो जोरात ओरडला.

"मिस हर्षिता सोनावणेsss!!!"

हर्षिता दचकली. तिने एकदम चमकून कैवल्यकडे बघितलं. तो उठून उभा राहिला.

"लक्ष कुठे होतं तुझं?" त्याने हाताची घडी घालून तिच्यावर नजर रोखत विचारलं

"अं...ते मी..." ती गोंधळली

"ओके, फर्गेट इट. मी तुला इथे ज्यासाठी बोलवलं ते सांगतो."

"हं." तिने मान हलवली

कैवल्य ने टेबलाच्या ड्रॉवरमधून एक फाईल बाहेर काढली. त्याने ती फाईल उघडून बेडवर ठेवली.

"हर्षिता, ही फाईल तुला आठवत असेलच." तो तिच्याकडे पाहत म्हणाला

तिने हळूच त्या फाईलकडे पाहिलं.

"हो. ही तीच फाईल आहे, ज्यावर मी सिग्नेचर केली होती. आपल्या लग्नाचे कॉंट्रॅक्ट." ती म्हणाली

"येस. या फाईलमधे काही गोष्टी लिहिलेल्या आहेत ज्या मी तुला तेव्हा सांगितल्या नाहीत. पण आता उद्या आपलं लग्न होणार आहे त्यामुळे तुला आज त्या गोष्टी सांगणं गरजेचं आहे."

"काय गोष्टी लिहिल्या आहेत यात?" तिने घाबरत विचारलं

"रुल्स ऑफ कॉंट्रॅक्ट मॅरेज."

"रुल्स?"

"येस रुल्स! रुल नं वन, तू माझ्याबरोबर एका रूममधे राहू शकतेस, पण झोपताना आपण एकत्र एका बेडवर झोपणार नाही. तुला बेडवर झोपायचं असेल, तर मी खाली झोपीन. रुल नं टू, तू माझ्या आणि मी तुझ्या कोणत्याही कामात हस्तक्षेप करणार नाही. रुल नं थ्री, तुला मी जे काही सांगीन ते तू करायचं. का, कशासाठी असे प्रश्न विचारायचे नाहीत. रुल नं फोर, आपल्यात नॉर्मल हजबंड वाईफ सारखे कोणतेही रिलेशन नसेल. तू माझ्यापासून लांबच राहायचं. ओके?" त्याने तिच्याकडे पाहिलं

"हं." तिने खाली मान घालून हुंकार भरला

"आता तू जाऊ शकतेस. गुड नाईट." तो म्हणाला

ती जायला मागे वळली.

"ओह गॉड माझा पायsss!" कैवल्य ओरडला

त्याचा ओरडण्याचा आवाज ऐकून ती परत मागे वळली. कैवल्य बेडवर त्याचा पाय पकडून बसला होता. ती धावत त्याच्याजवळ आली.

"काय झालं?" तिने काळजीने विचारलं

"अचानक माझा पाय मुडपला." कैवल्य कळवळत म्हणाला

"असा कसा मुडपला पाय? तुम्ही ना स्वतःची अजिबात काळजी घेत नाही. जरा सांभाळून चालायचं ना. तुम्ही आधी मागे टेकून बसा आणि

पायाखाली उशी घ्या म्हणजे बरं वाटेल."

तिने त्याला मागे टेकून बसायला मदत केली. मग त्याच्या पायाखाली उशी ठेवली. ती हे सगळं करत असताना तो एकटक तिच्याकडे पाहत होता. तिने टेबलाच्या ड्रॉवर मधून फर्स्ट एड बॉक्स काढला. त्या बॉक्समधून तिने एक मलम काढलं आणि ते त्याच्या पायाला लावायला लागली.

"स्टॉप." त्याने तिला तिचा हात पकडून थांबवलं

तिने त्याच्याकडे गोंधळून पाहिलं.

"मी लावीन हे. तुला लावायची काही गरज नाही." तो म्हणाला

"तुम्ही तुमच्याच पायाला कसं लावू शकाल? मी देते लावून." ती म्हणाली

"डोन्ट वरी. आय विल मॅनेज." तो तिच्या हातातून मलम घेत म्हणाला

"ओके. मग मी जाऊ?" तिने विचारलं

"येस."

"ओके."

ती उठून जात होती. ती दरवाज्यापर्यंत पोहचली तेवढ्यात...

"हर्षिता." कैवल्य ने मागून तिला आवाज दिला

ती हसली. तिला खात्री होती तो तिला नक्की हाक मारणार. तिने मागे वळून त्याच्याकडे पाहिलं.

"काय?"

"तू लावून दे मलम." तो तिच्याकडे न बघता म्हणाला

ती हसली.

"मगाशीच लावून घेतलं असतं, तर आता लावून पण झालं असतं. पण ठीक आहे. आता लावते."

हर्षिता ने त्याच्या पायाला मलम लावून दिलं.

"आता थोड्यावेळ आराम करा. बरं वाटेल."

एवढं बोलून ती तिथून निघून गेली. तो तिच्या विचारात हरवला.

13

अयान ला एका झाडाला दोरखंडाने बांधून ठेवलं होतं आणि दोन जण मिळून त्याला मारत होते.

"नका मारू त्याला. मी तुम्ही सांगितल्याप्रमाणेच सगळं करीन. प्लिज त्याला सोडा." हर्षिता हात जोडून विनवणी करत होती

"मम्मा...मला वाचव मम्मा...हे ताता मला मालतात..मम्मा.." अयान रडत जोरजोरात ओरडत होता

"अयान..."

हर्षिता झोपेतून एकदम उठून बसली. तिचे पूर्ण अंग घामाने डबडबले होते. तिने लगेच आपल्या आजूबाजूला नजर फिरवली. ती तिच्या रूममधे झोपली होती.

"थँक गॉड! हे स्वप्न होतं." तिने एक सुस्कारा सोडला

तिने रूमचा लाईट ऑन करून बेडच्या जवळ असलेल्या टेबलावरचा पाण्याचा जग आणि पेला हातात घेतला. पण त्या जगमध्ये पाणी नव्हतं. तिचा घसा कोरडा पडला होता. ती तशीच बेडवरून खाली उतरली. रूमचा दरवाजा उघडून ती किचनमध्ये आली.

तिने पाणी प्यायलं आणि मग तो जग पाण्याने भरून घेतला. ती जग घेऊन तिच्या रूममध्ये जात होती तेवढयात तिला काहीतरी पडण्याचा आवाज आला. तिने आवाज ज्या दिशेने आला त्या दिशेला पाहिलं.

"इथे तर स्टोअर रूम आहे. एवढ्या रात्री स्टोअर रूममध्ये कोण असेल?"

ती मनात विचार करत तो पाण्याचा जग तिथल्या टेबलावर ठेऊन स्टोअर रूमच्या दिशेने हळूहळू चालत गेली. स्टोअर रूमच्या दरवाज्याला थोडी फट होती. त्या फटीच्या आतून लाईट चा उजेड दिसत होता. तिने त्या फटीतून आत नजर टाकली. आत तिला कोणाची तरी सावली दिसली. नेमकं कोण होतं हे तिला दिसलं नाही.

ती तिथेच उभी होती. आत असलेल्या व्यक्ती ने लाईट बंद केला. ती व्यक्ती आता बाहेर येणार हे समजून ती पटकन जाऊन लपली. आतून एक व्यक्ती बाहेर आली. त्या व्यक्तीने आजूबाजूला नजर फिरवत स्टोअर रूमच्या दरवाज्याला कुलूप लावलं आणि मग ती व्यक्ती मागे वळली.

खिडकीतून येणाऱ्या उजेडात त्या व्यक्तीचा चेहरा हर्षिता ला दिसला. त्या व्यक्तीला पाहून हर्षिताला चांगलाच धक्का बसला. ती व्यक्ती म्हणजे कैवल्य चे डॅड किशोर देशमुख होते.

ते गेल्यावर हर्षिता पुढे आली.

"मी आता ज्यांना पाहिलं ते, किशोर देशमुखच होते ना? पण ते तर एकटे चालू शकत नाहीत. त्यांना तर चालताना आधार द्यावा लागतो. पण समजा ते किशोर देशमुखच असतील, तर ते असे एवढ्या रात्री एकटे स्टोअर रूममध्ये काय करायला आले असतील?"

"स्टोअर रूमला कुलूप का लावलं त्यांनी? असं काय आहे स्टोअर रूममध्ये?"

हर्षिताच्या मनात अनेक प्रश्न येत होते. ती मनात विचार करता करता तिच्या रूममध्ये आली. तिने आता जे काही पाहिलं ते पाहून तिची झोप उडाली होती. ती विचार करत बेडवर पडून राहिली.

आज हर्षिता आणि कैवल्य चे लग्न होते. हर्षिता लाल रंगाचा, जांभळा काठपदर असलेला शालू नेसली होती. कानात, गळ्यात सोन्याचे दागिने घातले होते. हातात सोन्याच्या बांगड्यांबरोबर हिरवा चुडा भरला होता. तिला साजेसा मेकअप केला होता. केस कर्ल करून त्याचा एक बन घातला होता आणि दोन्ही बाजूने दोन बटा सोडल्या होत्या. तिच्या हातावरची मेंदी देखील एकदम छान रंगली होती. खूपच सुंदर दिसत होती हर्षिता.

कैवल्य ने मरून रंगाची शेरवानी आणि त्याखाली सोनेरी रंगाची धोती घातली होती. केस जेल लावून सेट केले होते. मनगटावर सोनेरी रिस्ट वॉच लावले होते.

मॉम, तृप्ती आणि रिचा देखील मस्त तयार झाल्या होत्या. मॉम ने हिरव्या रंगाचा शालू नेसला होता. सोन्याचे दागिने घातले होते. तृप्ती ने निळ्या रंगाचा शरारा घातला होता आणि रिचाने गुलाबी रंगाचा शरारा घातला होता. दोघींनी मॅचिंग इमिटेशन ज्वेलरी घातली होती. डॅड देखील सोनेरी रंगाचा कुर्ता आणि पांढऱ्या रंगाचा पायजमा घालून तयार झाले होते.

कैवल्य हर्षिताचे लग्न घरातच मोजक्या पाहुण्यांच्या उपस्थितीत होणार होते. लग्नाचा मुहूर्त अकरा वाजून पंधरा मिनिटांचा होता. आता साडे दहा वाजले होते. गुरुजी सगळी तयारी करत होते. मॉम, तृप्ती आलेल्या पाहुण्यांशी बसून गप्पा मारत होत्या. कैवल्य आणि हर्षिता मात्र गप्पच बसले होते.

हर्षिता बसल्या बसल्या डॅडकडे पाहत होती. ते आताही थोडे घाबरलेले आणि चिंतेत दिसत होते.

"स्टोअर रूममध्ये नेमकं काय आहे हे मला समजून घ्यावं लागेल. ते समजलं, तर कदाचित मला यांच्या भीतीचे कारण समजू शकेल." हर्षिता मनात विचार करत होती

डॅडनी हर्षिता कडे पाहिलं. ती अजूनही त्यांच्याकडे पाहत होती.

"ही अशी का पाहतेय माझ्याकडे? हिला काही संशय तर आला नसेल?" डॅड नजर चोरून मनात म्हणाले

"नक्कीच काहीतरी गडबड आहे. सगळं ठीक असतं, तर यांनी अशी नजर चोरली नसती." हर्षिता मनात म्हणाली

"कविता, इथे एक पाट कमी आहे. जरा स्टोअर रूममधून एक पाट आण." मॉम एका मेडला म्हणाली

"हो आणते."

हर्षिता ने हे ऐकलं. ही चांगली संधी आहे असा विचार करून ती लगेच उठून कविताच्या मागे स्टोअर रूमच्या दिशेने गेली.

"हर्षिता, तू कुठे जातेस?" तृप्ती ने विचारलं

"अं..मी यांना मदत करायला जाते. स्टोअर रूममधून अजून काही हवं असेल तर आणायला." हर्षिता कसंबसं म्हणाली

"अगं, ते ती आणेल. तू कशाला जातेस?"

"मला आवडते मदत करायला."

"अच्छा ओके." तृप्ती हसली

तृप्ती तिथून गेल्यावर हर्षिता परत स्टोअर रूमच्या दिशेने गेली. तिला जाताना डॅडनी पाहिलं.

"अरे बापरे! आता जर ही स्टोअर रूमच्या आत गेली आणि तिला सगळं सत्य समजलं तर?" डॅड घाबरले

डॅड नी टाळ्या वाजवून कैवल्यला आपल्या जवळ बोलावलं. कैवल्य लगेच त्यांच्याजवळ आला.

"काय झालं डॅड?" त्याने विचारलं

डॅड ने हाताने हर्षिताला थांबवण्याचा इशारा केला. कैवल्यला त्यांचा इशारा समजला नाही.

"काय म्हणताय? मला समजलं नाही." तो म्हणाला

डॅडनी पुन्हा तसाच इशारा केला. यावेळेस तृप्ती ने हे पाहिलं.

"कैवल्य, डॅड हर्षिताला बोलावं म्हणतायेत." तृप्ती म्हणाली

डॅड ने जोरजोरात मान हलवली.

"ओके ओके. बोलावतो. पण आहे कुठे ती?" कैवल्य ने आजूबाजूला बघितलं

"अरे, ती कविताच्या मागे गेली आहे. स्टोअर रूममधे." तृप्ती म्हणाली

"ओके."

कैवल्य हर्षिताला बोलवण्यासाठी तिच्या मागे गेला. पण तेवढ्यात त्याचा फोन वाजला. त्याने खिशातून मोबाईल काढून बघितला. महत्त्वाचा फोन असल्यामुळे त्याने तो उचलला. तो तिथेच उभा राहून फोनवर बोलत होता. तो पुढे जात नाही हे पाहून डॅड चांगलेच घाबरले.

हर्षिता स्टोअर रूममधे आली. कविता ने तिला हवा असलेला पाट घेतला. हर्षिता मात्र पूर्ण स्टोअर रूमवर नजर फिरवत होती.

"मॅडम, चला. पाट मिळाला." कविता म्हणाली

"ह? हो..तू जा, मी येते." हर्षिता म्हणाली

"बरं."

कविता पाट घेऊन बाहेर गेली. ती गेल्याबरोबर हर्षिता ने स्टोअर रूमचा दरवाजा लावून घेतला. आदल्या रात्री तिने किशोर देशमुखांना स्टोअर रूममधे ज्याठिकाणी उभं असलेलं पाहिलं होतं, ती त्याठिकाणी आली. तिने तिथल्या काही वस्तू वर खाली करून पाहिल्या. तिथे काही जुने डबे आणि फाटक्या चादरी वैगरे होत्या. तिने एक चादर बाजूला केली तेव्हा त्या चादरी खाली तिला एक मोठी पत्र्याची पेटी दिसली.

"या पेटीत काय असेल?"

तिच्या मनात शंका आली. तिने त्या पेटीच्या आसपास असणाऱ्या वस्तू बाजूला केल्या. त्या पेटीला कुलूप लावलं होतं.

तिने तिच्या आजूबाजूला बघितलं तिथे तिला एक हाथोडा मिळाला. तिने त्या हाथोड्याने त्या कुलूपावर एक घाव घातला. ते कुलूप तसं लंजूर झालं होतं, त्यामुळे एका घावात ते तुटलं. तिने ते कुलूप बाजूला ठेवून ती पेटी उघडली. त्या पेटीच्या आतल्या वस्तू पाहून तिला चांगलाच धक्का बसला.

14

हर्षिता ने ती पेटी उघडली. त्या पेटीच्या आत काही जुनी भांडी आणि लहान मुलांची खेळणी होती. हे पाहून तिला आश्चर्य वाटलं. तिने पेटी बंद केली.

"मला जेवढं आठवतंय, किशोर देशमुख याच पेटीजवळ उभे होते. पण या पेटीत तर संशयास्पद असं काहीच दिसत नाहीये. मग ते एवढे घाबरले का होते?"

हर्षिता ने विचार करून परत एकदा ती पेटी उघडली. तिने वर असणारी काही भांडी बाजूला केली. त्या भांड्यांच्या खाली तिला गुंडाळून ठेवलेली एक कापडी पिशवी दिसली. तिने ती पिशवी पेटीतून बाहेर काढून परत पेटी बंद केली.

कविता पाट घेऊन बाहेर आली. तिला एकटीलाच बाहेर आलेलं पाहून डॅड घाबरले. कैवल्य फोन कट करून परत हर्षिताला बोलवण्यासाठी गेला.

"कैवल्य, लवकर जा. तिला तिथे काही मिळालं नसेल म्हणजे मिळवलं." डॅड मनात म्हणाले

हर्षिताने ती पिशवी उघडली. त्या पिशवीच्या आत तिला एक जाड दोरी मिळाली. त्या दोरी बरोबर एक इंजेक्शन ची रिकामी सिरींज आणि एक छोटी बाटली मिळाली. तिने त्या बाटली वरचे नाव वाचले. त्या बाटलीवर ॲनेस्थेशिया असं मोठ्या अक्षरात लिहिलेलं होतं. सगळ्या वस्तू पाहून तिला धक्का बसला.

"ही दोरी, रिकामी इंजेक्शनची सीरींज आणि ॲनेस्थेशिया हे सगळं असं इथे का ठेवलं असेल? या सगळ्याचा किशोर देशमुखांशी काय संबंध?"

हर्षिता मनात विचार करून अजून काही पिशवीत आहे का ते बघणार होती तेवढ्यात कैवल्य ने स्टोअर रूमच्या बाहेरून तिला आवाज दिला. त्याचा आवाज ऐकून तिने त्या सगळ्या वस्तू परत पिशवीत ठेवल्या. पेटीचे तुटलेले कुलूप तिने परत तसच पेटीच्या कडीला अडकवले. ती पिशवी तिने गुंडाळून आपल्या साडीखाली लपवली आणि मग एक दीर्घ श्वास घेऊन तिने दरवाजा उघडला. समोर कैवल्य उभा राहून तिच्याकडे नजर रोखून बघत होता.

"काय झालं?" तिने भोळेपणाने विचारलं

"तुला स्टोअर रूम एवढी आवडली असेल, तर लग्नानंतर तू इथे राहू शकतेस." तो म्हणाला

तिने त्याच्याकडे प्रश्नार्थक नजरेने पाहिले.

"अशी काय पाहतेस? चल बाहेर. डॅडनी बोलावलं आहे तुला."

"मला? कशाला?" तिने आश्चर्याने विचारलं

"मला काय माहीत? तूच विचार त्यांना."

एवढं बोलून तो तिथून निघून गेला. ती त्याच्या मागे गेली.

कैवल्य, हर्षिता बाहेर आले. हर्षिता बाहेर यायच्या आधी पटकन तिच्या खोलीत गेली. खोलीत जाऊन तिने ती पिशवी तिच्या कपाटात लपवून ठेवली.

"बाबा, तुम्ही बोलावलं?" हर्षिता डॅडजवळ येऊन म्हणाली

ती एवढी शांत आहे हे पाहून डॅडच्या जीवात जीव आला. त्यांनी हसून तिच्या डोक्यावर हात ठेवला.

"डॅड, तुम्हाला हिला काही सांगायचं असेल तर तुम्ही इशाऱ्याने सांगा. मी तिला समजावून सांगीन." कैवल्य म्हणाला

डॅडनी मान नकारार्थी हलवली.

"हं! बहुतेक यांनी मला स्टोअर रूममधे जाताना पाहिलं असेल. मला तिथे काय आहे हे समजू नये म्हणून यांनी कैवल्यना मला बोलवायला सांगितलं. मला ज्या वस्तू मिळाल्या, त्या वस्तूंचा यांच्याबरोबर

माझाही काही संबंध असेल का? कारण, या वस्तू फक्त मलाच मिळायला नको हा हेतू आहे यांचा. पण माझा संबंध कसा असेल? काहीच समजत नाही." हर्षिता मनात विचार करत होती

"लग्नाचा शुभ मुहूर्त सुरू झाला आहे. वर वधूनी मंडपात यावे." गुरुजी म्हणाले

"कैवल्य, हर्षिता चला." मॉम म्हणाली

ते दोघे एकमेकांकडे बघत एकत्रच लग्न मंडपात आले. दोघांचे विधिवत लग्न पार पडले. हर्षिताच्या गळ्यात आता कैवल्यच्या नावाचे मंगळसूत्र होते. दोघांचे नकळतपणे दोघांच्या मनाविरुद्ध पुढच्या सात जन्मासाठी नाते जोडले गेले होते. पुढे त्यांच्या आयुष्यात नेमकं काय लिहून ठेवलं आहे याची दोघांनाही कल्पना नव्हती.

हर्षिताच्या मनात आता कैवल्य विषयी हळूहळू प्रेमाची भावना निर्माण होत होती. पण तिच्यासाठी हे योग्य नाही हे देखील तिला माहीत होतं. कारण ती त्याच्या प्रेमात अडकली, तर ती तिचं उद्दिष्ट पूर्ण करू शकणार नाही याची तिला जाणीव होती.

हर्षिताला, मॉम आणि तृप्ती कैवल्यच्या रूममध्ये घेऊन आल्या. कैवल्यची रूम आज छान सजवलेली होती. रूममधला बेड फुलांनी सजवलेला होता. भिंतीवर लाल आणि पांढरे फुगे लावलेले होते.

"हर्षिता, आज पासून ही कैवल्यची रूम तुझीही आहे. जेवढा हक्क कैवल्यचा आहे या रूमवर तेवढाच आता तुझाही असेल." मॉम म्हणाली

"मॉम, फक्त रूमच नाही, कैवल्य पण हिचाच आहे आता." तृप्ती ने हर्षिताला कोपराने टिकललं

तृप्तीचं बोलणं ऐकून तिच्या अंगावर एकदम गोड शहारा आला. ओठावर नकळतपणे हसू उमटलं. पण तिने स्वतःला लगेच सावरलं.

"हर्षिता, मला माहीत आहे हे लग्न तुमच्या दोघांच्या मनाविरुद्ध झालेलं आहे. पण मला असं वाटत तू कैवल्यला आपलंस करून घ्यावं. त्या रिचाला सून म्हणून आणायची माझी अजिबात इच्छा नाहीये. माझ्यासाठी तूच माझी एकुलती एक सून आहेस." मॉम हर्षिताचा हात आपल्या हातात घेत म्हणाली

हर्षिताला यावर काय बोलावं ते सुचलंच नाही. ती नुसतीच मॉमकडे पाहत राहिली.

"काय गं? मी म्हटलं तसं करशील ना?" ती काही बोलत नाही हे पाहून मॉम ने विचारलं

आताही तिने काही न बोलता फक्त हुंकार भरून मान हलवली. मॉमला एवढं देखील पुरेसं होतं. मॉम तिच्या डोक्यावरून प्रेमाने हात फिरवून तृप्तीला बरोबर घेऊन रूमच्या बाहेर गेली.

कैवल्य घराच्या बाहेर गार्डनमध्ये एकटाच बसला होता. त्याची सर्वात प्रिय गिटार त्याच्या हातात होती. तो ती वाजवत तर होता, पण आज त्याचे सूर काही लागत नव्हते. शेवटी वैतागून गिटार बाजूला ठेवून त्याने आपले डोळे मिटले.

रिचा लांबून त्याच्याकडे पाहत होती. ती त्याच्या शेजारी जाऊन बसली. तिने तिचं डोकं त्याच्या खांद्यावर ठेवलं त्याबरोबर त्याने डोळे उघडले.

"कैवू, आय नो तू आता काय फील करतोयएस ते." रिचा म्हणाली

त्याने मान हलवली.

"नाही रिचा. तुला नाही समजणार."

रिचा त्याच्यापासून लांब होऊन ओरडून म्हणाली,

"का नाही समजणार?"

कैवल्य ने एकदम चमकून तिच्याकडे पाहिलं. एक दीर्घ श्वास घेऊन ती पुढे म्हणाली,

"आय लव्ह यु कैवू अँड आय नो यु लव्ह मी. असं असून तू दुसऱ्या मुलीबरोबर लग्न केलं आहेस. मला खूप वाईट वाटतंय. राग येतोय त्या हर्षिताचा. तसं तुलाही वाईट वाटत असेलच ना?" रिचाने कैवल्यच्या गालावर हात ठेवला

कैवल्य रिचाचा हात आपल्या हातात घेऊन हलकं हसून म्हणाला,

"रिचा, वाईट तर मलाही वाटतंय, पण मी हे लग्न ज्या हेतूने केलं आहे तो हेतू पूर्ण होईल की नाही हा प्रश्न मला सारखा सतावतोय."

"होईल. नक्की होईल." रिचा म्हणाली

त्याने रिचाला मिठी मारली. तिने देखील हसून त्याच्या पाठीवर आपले हात ठेवले. कैवल्यच्या रूममधे हर्षिता खिडकीतून खाली कैवल्य आणि रिचाला बघत होती. त्या दोघांना पाहून तिने रागाने डोळे मिटून आपल्या हाताच्या मुठी घट्ट आवळल्या. काही वेळाने तिने स्वतः ला सावरलं.

"हर्षिता, रिलॅक्स! तुला शांत राहायचं आहे. कैवल्य आणि तुझं नातं फक्त काही महिन्यांचं आहे. तुला त्याच्या प्रेमात अडकायचं नाहीये हे लक्षात ठेव." हर्षिता स्वतःला समजावत होती

रात्रीचा एक वाजला होता. हर्षिता कपडे बदलून कैवल्यच्या रूममधे बेडवर झोपली होती. कैवल्य रूमच्या दरवाज्याजवळ आला. रूममधली सजावट पाहून त्याने आपल्या केसातून हात फिरवला. त्याने तिथेच उभं राहून हर्षिताला त्याच्या बेडवर झोपलेलं पाहिलं. त्याबरोबर आपली नजर फिरवून तो रूमच्या आत आला.

हर्षिता उठायला नको म्हणून त्याने आवाज न करता त्याचं कपाट उघडलं. कपाटातले कपडे घेऊन तो वॉशरूममधे गेला.

थोड्यावेळाने फ्रेश होऊन, कपडे बदलून तो बाहेर आला. त्याने सहज हर्षिताकडे पाहिलं. ती झोपेत चुळबुळ करत होती. तिला गार वाटत असेल असं वाटून त्याने एसीचे रिमोट शोधून टेंपरेचर वाढवलं आणि तिच्या अंगावर हलकेच ब्लँकेट घातलं. तिने ब्लँकेटचे टोक आपल्या हातात गच्च पकडून ब्लँकेट अजून वर खेचून घेतलं.

तो बेडच्या दुसऱ्या बाजूने येऊन त्याची उशी घ्यायला वाकला तेव्हा हर्षिता ने झोपेत त्याचा हात पकडला. त्याने आपला हात सोडवण्याचा प्रयत्न केला, पण तिने हात घट्ट पकडला होता.

"अयान, असा लांब का झोपलास बच्चा? मम्मा वर रागावला आहेस का?" हर्षिता झोपेत बोलत होती

"अरे देवा! हिने मला हिचा मुलगा समजून हात पकडला एवढं तर ठीक आहे, पण अजून काही करायला नको." कैवल्य घाबरून मनात म्हणाला

"बच्चा, ये ना जवळ. असा दूर नको जाऊस मम्मा पासून. मम्मा नाही राहू शकत तुझ्याविना."

हर्षिताचं बोलणं ऐकून कैवल्यला वाईट वाटलं. पण तो तिची याबाबतीत काहीच मदत करू शकत नव्हता. त्याने पुन्हा एकदा आपला हात सोडवण्याचा प्रयत्न केला. पण यावेळेस हर्षिता ने त्याला आपल्याजवळ ओढून घेतलं. तो बेडवर पोटावर आडवा पडून हर्षिताच्या चेहऱ्याच्या अगदी जवळ आला. तो एकटक तिच्या चेहऱ्याकडे पाहत होता.

तिला तिच्या चेहऱ्यावर त्याचे गरम श्वास जाणवले त्याबरोबर तिने आपले डोळे उघडले. त्याला आपल्या एवढ्या जवळ पाहून तिच्या छातीत धडधड व्हायला लागली. तो तिच्या पाणीदार डोळ्यात हरवला होता. ती डोळे मोठे करून त्याच्याकडे भेदरून पाहत होती. मनातून ती घाबरलेली होती तरी तिने त्याला मोठ्या हिमतीने मागे धक्का दिला. तसा तो एकदम भानावर येऊन तिच्यापासून दूर झाला.

तो दूर झाल्यावर ती उठून बसली. दोघांनाही आता खूप ऑकवर्ड वाटत होतं. तिच्या तर डोळ्यात अश्रू जमा झाले होते. तरी तिने स्वतःला सावरून रडवेल्या स्वरात चिडून विचारलं,

"तुम्ही असे माझ्याजवळ का आलात? तुम्हीच तर नियम बनवले होते ना आपल्या लग्नाचे? एकमेकांच्या जवळ यायचं नाही म्हणून? मग तुम्हीच तो नियम कसा मोडलात?"

"मी नियम मोडला नाहीये. तूच मला तुझा मुलगा समजून तुझ्याजवळ ओढून घेतलंस झोपेत." तो ओरडून म्हणाला

"क..कायऽ?" ती भेदरून म्हणाली

"येसss."

"सॉरी." ती खाली मान घालून म्हणाली

तो जास्त काही न बोलता त्याची उशी आणि चादर घेऊन रूमच्या बाहेर निघून गेला. तो गेल्यावर डोळ्यातले पाणी पुसून ती बेडवर लोळली. आता पुन्हा एवढ्या लवकर तर तिला झोप लागणार नव्हती.

15

दुसऱ्या दिवशी सकाळी कैवल्य त्याच्या रूममध्ये आला. हर्षिता अजून झोपली होती. एक नजर तिच्यावर टाकून तो टॉवेल घेऊन बाथरूममध्ये गेला.

बाथरूममधून येणारा पाण्याचा आवाज ऐकून हर्षिताला जाग आली. तिने डोळे चोळून भिंतीवरच्या घड्याळात बघितलं. सकाळचे सव्वा आठ वाजले होते. ती ताडकन उठून बसली.

"अरे बापरे! आज चांगलाच उशीर झाला." म्हणत ती बेडवरून खाली उतरली

तिने आपल्या केसांचा एक सैलसर अंबाडा बांधला. स्वतःच्या पांघरुणाची व्यवस्थित घडी घातली. मग बॅगेतून कपडे आणि टॉवेल बाहेर काढून ती कैवल्यच्या बाहेर येण्याची वाट बघत बसली.

तेवढ्यात मॉम रूममध्ये आली.

"गुड मॉर्निंग, हर्षिता." मॉम हसून म्हणाली

मॉमला पाहून ती उठून उभी राहिली.

"गुड मॉर्निंग." ती हलकं हसत म्हणाली

"नवीन रूममध्ये झोप लागली ना व्यवस्थित?" मॉम ने विचारलं

"अं..हो." ती हळूच म्हणाली

"बरं मग तू तुझं आवरून ये खाली."

"हो चालेल."

मॉम तिथून निघून गेली.

कैवल्य बाथरूममधून बाहेर आला. हर्षिता ने त्याच्याकडे पाहिलं. त्याने त्याचा टॉवेल कंबरेला बांधला होता. केस ओले होते. बाकी कपडे त्याने घातले नव्हते. हे पाहून ती डोळे मिटून एकदम मागे फिरली. मागे फिरल्यावर तिने डोळे उघडले.

"मिस सोनावणे, काय झालं?" त्याने त्याच्या केसात हात फिरवत विचारलं

"तुम्ही असे बाहेर का आलात?" ती म्हणाली

"मग काय मी दिवसभर बाथरूममधेच बसायला हवं का?" त्याने ओरडून विचारलं

तिने आपल्या कपाळावर हात मारला.

"ओ हॅलो! मिस सोनावणे, बोल की." तो तिच्यासमोर येत म्हणाला

त्याबरोबर ती दुसऱ्या दिशेला वळली.

"अहो, काय करताय? मला म्हणायचं होतं तुम्ही असे कपडे न घालता बाहेर का आलात?"

त्याने स्वतःकडे बघून स्वतःच्या कपाळावर हात मारून घेतला.

"ओह! मला नेहमी असच बाहेर यायची सवय आहे. आज तू माझ्या रूममध्ये आहेस हे मी विसरलो." त्याने खांदे उडवले

"आज ठीक आहे, पण यापुढे लक्षात ठेवा."

एवढं बोलून कपडे आणि टॉवेल घेऊन ती बाथरूममध्ये गेली. त्याने नाक मुरडलं.

हर्षिता तिचं आवरून खाली आली. खाली डायनिंग टेबल वर मॉम, तृप्ती, कैवल्य आणि रिचा नाश्ता करायला बसले होते. नाश्ता करता करता कैवल्य चे हर्षिताकडे लक्ष गेले. हर्षिताने आज पोपटी रंगाची साडी नेसली होती. केसांचे तिने एक पोनिटेल बांधले होते. त्याला ती आज नेहमीपेक्षा थोडी वेगळी भासली.

"गुड मॉर्निंग, वहिनी." तृप्ती तिरक्या नजरेने कैवल्य कडे पाहत हर्षिताला म्हणाली

हर्षिताने कैवल्यकडे पाहिलं. त्याच्या चेऱ्यावरचे रागीट भाव पाहून त्याला, तिला तृप्तीने वहिनी म्हटलेलं आवडलं नाही हे तिला समजलं. तिने तृप्तीकडे पाहून मान नकारार्थी हलवली. तृप्ती ने डोळा मारून खांदे

उडवले. रिचा पण हर्षिताकडे कपाळावर आठ्या घालून बघत होती.

"हर्षिता, तू अशी उभी का? बस ना." मॉम म्हणाली

हर्षिता मान हलवून खुर्चीत बसायला गेली तेवढ्यात रिचा ने तिला थांबवलं.

"हर्षिता, तू या खुर्चीत बस. कैवल्यच्या शेजारी." रिचा ने कैवल्यच्या बाजूला असणाऱ्या खुर्चीकडे इशारा केला

हे ऐकून सगळे तिच्याकडे आश्चर्याने बघायला लागले.

"व्हॉट? असे का बघताय?" तिने सगळ्यांकडे बघत विचारलं

"रिचा, आर यु ओके?" कैवल्य ने विचारलं

"येस बेबीss. आय एम ऑलराईट!" रिचा हसून म्हणाली

"मग तू हिला माझ्या शेजारी बसायला का सांगतेस?" कैवल्य ओरडला

"ओह! अरे, ती ज्या खुर्चीत बसणार होती ती खुर्ची खराब झाली आहे. म्हणून मी तिला या खुर्चीत बस म्हटलं. बाकी काही कारण नाही."

"रिचा, तू हर्षिताची एवढी केअर कधीपासून करायला लागलीस?" तृप्ती ने विचारलं

"केअर आणि हिची? नो वे! हिला या खुर्चीत बसवण्यामागे माझं वेगळच इंटेशन आहे." रिचा छद्मीपणे हसत मनात म्हणाली

"रिचा, हॅलो!" ती काही बोलत नाही हे पाहून तृप्ती ने तिच्या चेहऱ्यापुढे हात हलवला

"अं?"

"तू उत्तर नाही दिलंस."

"ओ येस. तृप्ती, आय हेट हर्षिता बट, ट्रस्ट मी. तू मला जेवढं वाईट समजतेस तेवढी वाईट नाहीये मी." रिचा तृप्तीच्या खांद्यावर हात ठेऊन म्हणाली

तृप्ती ने लगेच तिचा हात बाजूला केला. तिने डोळे फिरवले.

"बस हर्षिता." मॉम म्हणाली

हर्षिता कैवल्यच्या बाजूच्या खुर्चीत बसली. ती बसल्याबरोबर ती खुर्ची तुटून हर्षिता खाली पडली. तिला पडलेलं पाहून रिचा जोरजोरात हसायला लागली. मॉम, तृप्ती आणि कैवल्य लगेच खुर्चीतून उठून उभे

राहिले. हर्षिता वेडीवाकडी पडल्यामुळे तिचा पाय मुरगळला होता. ती कळवळत होती. तृप्ती आणि मॉम तिच्याशेजारी खाली बसल्या. त्या तिला उठायला मदत करत होत्या. कैवल्य चिडून रिचाजवळ आला.

"रिचा, व्हॉट इज धिसss?" त्याने चिडून विचारलं

"मजा आली ना? कशी पडलीss." रिचा अजून जोरात हसली

"ओह, शट अपsss! जस्ट शट अपss! तू लहान मुलगी आहेस का असं वागायला? तिला पाडून तुला काय मिळालं?" कैवल्य चांगलाच चिडला होता

"तुला नाही समजणार मला काय मिळालं ते." रिचा हसून म्हणाली

"रिचा, मला तुझ्याकडून अशी अपेक्षा नव्हती. तुला ती आवडत नाही, मान्य आहे. मलाही आवडत नाही ती. पण ती आवडत नाही म्हणून तिच्याबरोबर असं वागणं बरोबर नाहीये रिचा.

"कैवू, रिलॅक्स! मी फक्त थोडीशी मस्ती केली. त्यात एवढंss चिडण्यासारखं काय आहे?" रिचा ने विचारलं

"रिचा, ती आपल्याला मदत करायला इथे आली आहे. ती तिच्या लहान मुलापासून लांब इथे राहतेय. याचा थोडा विचार कर. प्लिज!"

हर्षिता तिला होणाऱ्या वेदनांनी कळवळत असतानाही कैवल्य चे बोलणे ऐकून मनातून सुखावली. तो आज पहिल्यांदा तिच्यासाठी रिचाबरोबर भांडत होता.

"मी का करू तिचा विचार? मला काय गरज पडली आहे? इव्हन, तुलाही काही गरज नाहीये तिची वकिली करण्याची." रिचा चिडून म्हणाली

"रिचाsss...!"

"कैवल्यss, तिच्यावर तुझ्या बोलण्याचा काही प्रभाव पडणार नाही. ती तशीच वागेल जसं तिला वागायचं आहे. तू उगीच तिला स्मजवण्यात वेळ वाया घालवू नकोस." मॉम म्हणाली

"यु आर राईट, मॉम."

कैवल्य रिचावर एक जळजळीत कटाक्ष टाकून हर्षिताच्या जवळ आला. तिला आपल्या हातात उचलून घेऊन तो तिला स्वतःच्या रूममधे घेऊन गेला. हे पाहून रिचाचा चांगलाच जळफळाट झाला. कैवल्य

हर्षिताला घेऊन गेल्यावर तृप्ती रिचाजवळ जाऊन म्हणाली,

"रिचा, तू आतापासूनच कैवल्य आणि हर्षिताला असं एकत्र बघायची सवय कर. म्हणजे पुढे तुला जास्त त्रास होणार नाही. कारण काय आहे, ही तर फक्त सुरुवात आहे. पुढे बघ काय होतंय ते."

तृप्ती ने तिरक्या नजरेने रिचाकडे बघितलं. तिचा चेहरा रागाने लाल झाला होता. हे पाहून तृप्तीला हसू आलं. ती हसतच कैवल्यच्या रूममध्ये गेली.

"हर्षिता, मी तुला माझ्या आणि कैवल्यच्या मध्ये येऊ देणार नाही. मग त्यासाठी मला काहीही करावं लागलं तरी करीन, पण तुला कैवल्यची होऊ देणार नाही. कैवल्य माझा होता, आहे आणि माझाच राहील." रिचा चिडून तावातावाने म्हणाली

16

कैवल्य बेडवर हर्षिताच्या शेजारी बसला होता. खुर्चीतून पडल्यामुळे हर्षिताचा पाय मुरगळला होता. तिच्या डाव्या हाताच्या कोपरावर सुद्धा खरचटलं होतं. कैवल्य तिला औषध लावून देत होता. ती एकटक त्याच्याकडे पाहत होती. औषध लावताना तिने "आह!" म्हटल्याबरोबर त्याने तिच्याकडे पाहिलं.

"जास्त दुखतंय का?" त्याने काळजीने विचारलं

तिने मान नकारार्थी हलवली.

"आय एम सॉरी, हर्षिता." तो औषध लावतच म्हणाला

"कशासाठी?"

"रिचाने जे काही केलं त्यासाठी." तो ओशाळून म्हणाला

"इट्स ओके."

"तुला राग नाही आला?" त्याने तिच्याकडे पाहून आश्चर्याने विचारलं

तिने काही न बोलता किंचित हसून मान नकारार्थी हलवली.

"मला राग नाही आला, पण रिचाला राग येणं स्वाभाविक आहे कैवल्य. तिचं तुमच्यावर आणि तुमचं तिच्यावर प्रेम आहे. असं असून तुम्ही काही कारणास्तव माझ्याशी लग्न केलंत. त्यामुळे तिला कदाचित भीती वाटत असेल की, मी तिच्या आणि तुमच्यामधे येऊन तुमचं नातं कायमचं तोडून टाकीन."

"तिला भीती वाटायचं काहीच कारण नाही. तिला हे तर माहितीच आहे ना की तू कॉंट्रॅक्ट पेपर्स वर साईन केलेली आहेस. तू मला डिव्हॉर्स देणार आहेस. डिव्हॉर्स दिल्यावर तू आमच्यामध्ये का येशील?" कैवल्य

म्हणाला

"मला तुम्ही आवडायला लागलात तर मी तुम्हाला डिव्हॉर्स देणार नाही. " हर्षिता भावनेच्या भरात बोलून गेली

तो तिच्याकडे शॉक होऊन बघायला लागला. ती आता काय बोलली हे लक्षात आल्यावर तिने घाबरून बाजूला असलेली उशी आपल्या चेहऱ्यासमोर धरून डोळे मिटून घेतले.

"हर्षिता..."

तो उशी बाजूला करायचा प्रयत्न करत होता, पण ती काही उशी बाजूला होऊ देत नव्हती. तो बेडवर गुडघ्यावर उभा राहून उशी खेचायला लागला तसं तिने ती उशी आपल्याजवळ खेचून घेतली. दोघे जण पूर्ण ताकतीने ती उशी खेचत होते. शेवटी बिचारी उशी या दोघांना कंटाळून फाटूनच गेली.

उशी फाटल्यावर दोघांची नजराजर झाली. तो त्याच्या कंबरेवर हात ठेवून तिच्याकडे रागाने बघत होता. ती घाबरून दुसरी उशी घेणार तेवढ्यात कैवल्य ने तिचा हात तिच्या पाठीमागे घट्ट पकडून तिला आपल्याजवळ ओढून घेतलं. कैवल्य गुडघ्यावर उभा असल्याने त्याचा तोल जाऊन तो बेडवर आडवा पडला आणि हर्षिता त्याच्या अंगावर पडली. दोघे एकमेकांकडे एकटक बघत होते.

मॉम आणि तृप्ती रूमच्या बाहेर उभ्या राहून रूमच्या आत चाललेले दृश्य पाहून गालातल्या गालात हसत होत्या. हर्षिता आणि कैवल्यला एकमेकांच्या जवळ पाहून मॉम खूष होती.

"देवा! या दोघांना नेहमीच असा एकमेकांचा सहवास लाभू दे. दोघांमध्ये प्रेमाचे आणि विश्वासाचे एक अतूट नाते तयार होऊ दे." मॉम ने हात जोडून प्रार्थना केली

"तथास्तु!" तृप्ती आशिर्वादाचा हात दाखवत नाटकी स्वरात म्हणाली

मॉम ने हसून तिच्या डोक्यात टपली मारली. तिने मॉमकडे पाहून डोळा मारला. रूमचा दरवाजा लावून त्या दोघी तिथून निघून गेल्या.

दरवाजा लावण्याचा आवाज ऐकून ते दोघे भानावर आले.

"आहऽऽ!" ती कळवळली

त्याने नेमका तिचा तोच हात पकडला होता ज्या हाताच्या कोपरावर तिला खरचटलं होतं. हे पाहून त्याने लगेच तिचा हात सोडला आणि तिच्यापासून दूर झाला. तो दूर झाला तशी ती पण उठून व्यवस्थित बसली.

"सॉरी." तो तिच्याकडे न बघताच म्हणाला

"इट्स ओके." ती पण त्याच्याकडे बघत नव्हती

"मला ऑफिसला जायला उशीर होतोय. मी येतो. यु टेक केअर."

म्हणून तो दरवाजा उघडून निघूनही गेला. ती त्याला पाठमोरं जाताना पाहत होती. काही सेकंदात तो तिच्या नजरेआड झाला.

दुपारपर्यंत हर्षिताला आराम करून बरं वाटलं. मॉम ने तिला नाही म्हणून सुध्दा तिने मॉमला मदत केली. कैवल्य तर ऑफिसमधे होता आणि संध्याकाळीच घरी येणार होता. दुपारी सगळ्यांची जेवणं झाल्यावर मागचं सगळं आवरून हर्षिता रूममध्ये येऊन बेडवर डोळे मिटून बसली तेवढ्यात तिला काहीतरी आठवलं. त्याबरोबर उठून ती आधी ज्या रूममध्ये राहत होती त्या रूममध्ये आली.

रूममध्ये येऊन तिने दरवाजा बंद करून कपाट उघडलं. कपाटातून तिने तिला स्टोअर रूममध्ये मिळालेली कापडी पिशवी बाहेर काढली. पिशवी उघडून दोरी, इंजेक्शनची सीरींज आणि ॲनेस्थेशियाची बाटली बाहेर काढून तिने परत त्या पिशवीत हात घातला. तिला त्या पिशवीत एक मेडिकलचं बिल मिळालं. तिने ते बिल नीट बघितलं. त्या बिलावर तिला आठ वर्षांपूर्वीची तारीख दिसली. ती तारीख तीच होती ज्यादिवशी तिच्या बाबांचे निधन झाले होते. हे पाहून तिला धक्का बसला.

तिने अजून बारकाईने ते बिल बघितलं. त्यावर त्याच हॉस्पिटलचं नाव होतं, ज्या हॉस्पिटलमधे तिचे बाबा होते. ते मेडिकलचे दुकान त्याच हॉस्पिटलचे होते. हॉस्पिटल ज्या गोळ्या आणि इंजेक्शन विकत घ्यायचे ते याच मेडिकलमधूनच घ्यायचे. सगळ्या वस्तू पाहून तिच्या मनात शंका आली.

"या वस्तू किशोर देशमुखांनी आठ वर्षांपासून लपवून ठेवल्या असून, याविषयी घरात कोणालाच काही माहित नाही. त्यांनी बोलणं सुद्धा आठ वर्षापूर्वीच बंद केलं. त्यांना जेव्हा समजलं मी त्यांच्या मुलाशी

लग्न करणार आहे, तेव्हापासून ते घाबरलेले आहेत. मला या वस्तू मिळू नयेत असं त्यांना वाटतंय. याचा अर्थ या सगळ्या वस्तूंचा माझ्याशी काहीतरी संबंध नक्की आहे. पण काय?"

ती विचार करत होती. तेवढ्यात तिला एक कल्पना सुचली. तिने तिचा मोबाईल हातात घेऊन फोन लावला. बऱ्याचवेळ रिंग वाजत होती, पण समोरची व्यक्ती फोन उचलत नव्हती. तिने फोन कट करून पुन्हा फोन लावला. यावेळेस ही फोन उचलला नाही.

"हर्षिता, तू आत आहेस का?" तृप्ती ने रूमच्या बाहेरून विचारलं

तिने भरभर सगळ्या वस्तू परत पिशवीत ठेऊन पिशवी कपाटात ठेवली. स्वतः ला सावरून तिने दरवाजा उघडला.

"काय झालं तृप्ती?" तिने विचारलं

"मी आता माझ्या मैत्रिणीबरोबर शॉपिंगसाठी जातेय. तू पण येतेस?" तृप्ती ने विचारलं

"अम्..आता?"

"हो. चल ना."

"आईंना विचारून मग सांगते." ती म्हणाली

"मॉमला मी आधीच विचारलं आहे. ती हो म्हणाली."

"अच्छा! ओके. मी जरा फ्रेश होऊन येते मग निघुया."

"चालेल."

थोड्याचवेळात हर्षिता फ्रेश होऊन आली. तृप्ती आणि हर्षिता शॉपिंगसाठी गेल्या.

रात्रीचे सव्वा अकरा वाजले होते. अजून कैवल्य आला नव्हता. हर्षिताला झोप येत होती, पण तरी ती तशीच पुस्तक वाचत बसली होती. बाकी सगळे झोपले होते. कैवल्य नेहमीच असा उशिरा यायचा त्यामुळे सगळ्यांना त्याच्यासाठी जागं राहण्याची सवय नव्हती. त्याला जेवायला वाढण्यासाठी तृप्ती फक्त जागी असायची. पण हर्षिता आल्यापासून हर्षिताच कैवल्यला जेवायला वाढत होती.

हर्षिताने पुस्तक बाजूला ठेवून मोबाईल हातात घेत दुपारी तिने ज्या व्यक्तीला फोन लावला होता त्या व्यक्तीला फोन लावला. आताही नुसतीच रिंग वाजत होती. तेवढ्यात फोन उचलला गेला.

"हॅलो, डॉक्टर लेले बोलतोय." समोरून डॉ लेले म्हणाले

"नमस्ते. मी हर्षिता सोनावणे बोलतेय. रवींद्र सोनावणेंची मुलगी." हर्षिता म्हणाली

हे ऐकून डॉ. लेले एकदम शांतच झाले.

"हॅलो, डॉक्टर लेले. तुम्ही ऐकताय ना? ओळखलंत ना मला?" हर्षिताने विचारलं

"हो ओळखलं. पण तुम्ही आज अचानक फोन कसा केलात?" डॉ लेलेंनी जरा चाचरत विचारलं

"मला तुम्हाला जरा एक विचारायचं होतं. तुम्हाला आता वेळ आहे ना?"

"हो आहे."

"अच्छा! डॉ. लेले, मी आता माझ्या बाबांचे मित्र, किशोर देशमुख यांच्या घरी आहे. मला या घरात काही संशयास्पद वस्तू मिळाल्या. त्यात एक दोरी आहे, इंजेक्शनची एक रिकामी सिरिंज आहे आणि एक ॲनेस्थेशियाची बाटली आहे. इंजेक्शनची सिरिंज आणि ॲनेस्थेशियाची बाटली ही तुमच्या हॉस्पिटलच्या मेडिकल मधून विकत घेतली आहे. ती पण त्याच दिवशी, ज्यादिवशी माझ्या बाबांचे निधन झाले. माझ्या मनात या सगळ्या वस्तू पाहून जरा शंका आली. म्हणून मी विचार केला तुम्हाला याबद्दल विचारावं. तुम्हाला याबद्दल काही माहित आहे का?"

डॉक्टर लेलेंनी हर्षिताचं बोलणं ऐकून खिशातून रुमाल काढून घाम पुसला.

"न...नाही! मला काहीच माहित नाही."

एवढं बोलून घाबरून त्यांनी फोन कट केला.

"डॉ लेलेंनी असा फोन कट का केला? त्यांचा आवाजही घाबरलेला वाटत होता. नक्कीच काहीतरी गडबड आहे."

हर्षिताने पुन्हा त्यांना फोन लावला. पण आता फोन स्विच ऑफ येत होता.

"त्यांना याबद्दल नक्कीच माहित आहे. मला आता जबरदस्ती करूनच त्यांच्याकडून सगळं खरं वदवून घ्यायला लागणार." हर्षिता स्वतःशीच बोलत होती

"कोणाकडून काय वदवून घेणार आहेस?" कैवल्य ने रूमच्या आत येत विचारलं

हर्षिताने आपल्या कपाळावर हात मारून घेतला.

"अरे देवा! आता यांना काय सांगू?" ती नखं खात मनात म्हणाली

कैवल्य शर्टाची बटणं काढत हर्षिताकडे बघत होता.

"हर्षिता, मी काहीतरी विचारलं आहे तुला." तो थोडं जोरात म्हणाला

"तुम्हाला भूक लागली असेल ना? मी तुम्हाला जेवायला वाढते."

म्हणून ती बेडवरून उतरून रूमच्या बाहेर जाणार तेवढ्यात कैवल्य ओरडला,

"वेटss!"

ती जाता जाता थांबली. कैवल्य टी शर्ट घालत घालत तिच्याजवळ आला. टी शर्ट पूर्ण घालून झाल्यावर त्याने तो किंचित खाली खेचून ताठ केला. हाताची घडी घालून तो हर्षिताकडे नजर रोखून बघत होता. हर्षिताने त्याच्याकडे पाहिलं. तो रागावलेला आहे हे समजायला तिला जास्त वेळ लागला नाही. तरी तिने त्याच्याकडे पाहून हलकं स्मित केलं.

"आमच्या घरात राहून कोणाविरुद्ध काय प्लॅनिंग करत आहेस?" त्याने कडक स्वरात विचारलं

त्याचा प्रश्न ऐकून ती त्याच्याकडे नुसतं पाहत स्तब्ध उभी होती.

17

"आमच्या घरात राहून कोणाविरुद्ध काय प्लॅनिंग करत आहेस?" कैवल्य ने कडक स्वरात विचारलं

त्याचा प्रश्न ऐकून हर्षिता त्याच्याकडे नुसतं पाहत स्तब्ध उभी होती.

ती काही बोलत नाही हे पाहून तो वैतागला.

"तू काही बोलणार आहेस की नाही?" त्याने विचारलं

तिच्या डोक्यात विचारचक्र सुरू होतं. त्याला सांगावं की नाही हे तिला समजत नव्हतं. इकडे तिच्याकडून काहीच उत्तर मिळत नाही हे पाहून त्याला राग येत होता. तो कसाबसा आपल्या रागावर नियंत्रण ठेवत होता.

खूप वेळ विचार केल्यानंतर तिने तिचं मौन सोडलं.

"कैवल्य, मी तुम्हाला सगळं सांगीन, पण तुम्ही आताच ऑफिसमधून आला आहात. तुम्ही जेवून घ्या मग शांतपणे बसून बोलूया आपण."

त्याने थोडावेळ थांबून, विचार करून तिच्या म्हणण्याला होकार दिला.

दोघे, कैवल्यचं जेवण झाल्यावर परत रूममध्ये आले. हर्षिता ने दरवाजा लावून घेतला.

"दरवाजा का लावलास?" त्याने संशयाने विचारलं

"आपलं बोलणं कोणी ऐकू नये म्हणून."

तिच्या मनात किशोर देशमुखांबद्दल थोडी शंका होती. त्यांना कोणत्याही परिस्थितीत आपल्याला ही पिशवी मिळाली आहे हे समजू नये असं तिला वाटत होतं. त्यामुळेच ती सगळी खबरदारी घेत होती.

"हं! म्हणजे माझी शंका बरोबर होती." तो डोकं हलवत म्हणाला

"काय शंका?" तिने बेडवर बसत विचारलं

"तू इथे राहून कोणाविरुद्ध काहीतरी प्लॅनिंग करत आहेस. आज मी ऐकलं म्हणून नाहीतर...."

"अहोss, असं नाहीयेss." ती ओरडली

"मग कसं आहे?"

"सांगते. त्याआधी तुम्ही हे पहा."

तिने तिला मिळालेली कापडी पिशवी त्याच्यासमोर उघडली. त्यातल्या सगळ्या वस्तू बाहेर काढल्या. त्याने त्या सगळ्या वस्तूंकडे आणि मग तिच्याकडे गोंधळून पाहिलं.

"हे सगळं काय आहे? कुठून आणलंस तू हे सगळं आणि कशासाठी आणलंस?" त्याने विचारलं

"मी स्वतःहून यातलं काहीच आणलं नाही. या सगळ्या वस्तू मला स्टोअर रूममध्ये एका बंद पेटीमध्ये मिळाल्या."

त्याने तिच्याकडे कपाळावर आठ्या घालून पाहिलं.

"या वस्तू तुला आमच्या स्टोअर रूममध्ये मिळाल्या?"

"हो. या वस्तू मला आपल्या स्टोअर रूममध्ये मिळाल्या." ती आपल्या शब्दावर जोर देत म्हणाली

"अच्छा? कोणी आणून ठेवल्या या वस्तू स्टोअर रूममध्ये? आणि कधी?" त्याने हाताची घडी घालत विचारलं

"आठ वर्षापूर्वी, तुमच्या बाबांनी." ती शांतपणे म्हणाली

तो तिच्याकडे शॉक होऊन बघायला लागला.

"व्हॉटss? डॅडनी?"

तिने मान हलवली.

"वेड लागलंय का तुला? काहीही काय बोलतेस?" तो ओरडला

तिने शांतपणे पिशवीतून बिल बाहेर काढून त्याच्यासमोर धरलं. त्याने त्या बिलाकडे पाहिलं.

"आता हे काय?"

"तुम्हाला वाचता तर नक्कीच येत असेल. स्वतःच वाचा."

तिच्या हातातून बिल खेचून त्याने ते वाचलं.

"या बिलावर आठ वर्षापूर्वीची तारीख आहे. तीही त्या दिवसाची ज्यादिवशी..."

"डॅडनी बोलणं बंद केलं होतं." तो तिच्याकडे पाहत म्हणाला

"त्याच दिवशी माझे बाबा मला आणि आईला कायमचं सोडून निघून गेले." तिच्या डोळ्यात पाणी होतं

"हो बरोबर ना. डॅडना तुझे बाबा गेल्याचा शॉक बसला होता. त्या शॉकमुळेच तर त्यांची वाणी गेली."

तिने डोळ्यातले पाणी पुसले.

"नक्की हेच कारण होतं की...आणखी काही?" तिने संशयाने विचारलं

"तुला काय म्हणायचं आहे?" त्याने न समजून विचारलं

तिने थोडा विचार करून काही न बोलता फक्त मान नकारार्थी हलवली.

"या वस्तू डॅडनी स्टोअर रूममध्ये ठेवल्या होत्या असं तुला का वाटत?"

"या वस्तू मला ज्या पेटीत मिळाल्या, त्या पेटीजवळ उभं असलेलं मी त्यांना पाहिलं आहे. तेही मध्यरात्री." ती त्या वस्तू परत पिशवीत ठेवत म्हणाली

"ओह प्लिज! तुला मी मूर्ख आहे असं वाटत का? तू काहीही सांगशील आणि मी तुझ्यावर विश्वास ठेवीन. डॅड एकटे चालू शकत नाहीत. त्यांना आधार देऊन चालवायला लागतं. त्यांना किती हेवी डोस दिले जातात गोळ्यांचे माहीत आहे ना?"

"मी जेव्हा त्यांना पाहिलं तेव्हा माझ्याही मनात हाच विचार आला. पण मी नक्की त्यांनाच बघितलं होतं. मागच्या काही दिवसात ते घाबरलेले पण होते. तुम्हाला आठवत असेलच, लग्नाच्या दिवशी मी स्टोअर रूममध्ये गेले होते तेव्हा त्यांनी तुम्हाला मला बोलवायला पाठवलं होतं. ते एवढ्याचसाठी की मला या वस्तू मिळू नयेत. या वस्तूंचा आणि माझा काहीतरी संबंध नक्की आहे. काय तो फक्त

शोधायचा आहे."

"बास हर्षिता! मी माझ्या डॅडच्या विरुद्ध अजून काहीही ऐकून घेणार नाही. तुला या घरात राहायचं असेल तर हे सगळं विसरून जा. यापुढे याविषयी तू एक शब्द जरी म्हणालीस, तर तू कायमची या घराच्या बाहेर असशील हे लक्षात ठेव." त्याने धमकीच दिली

तो त्याची उशी आणि चादर घेऊन बाहेर जाणार होता तेवढयात हर्षिता ने त्याला थांबवलं.

"कैवल्य, तुम्ही झोपा इथे बेडवर. मी खाली झोपते." ती म्हणाली

तो तिच्यावर एक रागीट कटाक्ष टाकून बेडवर जाऊन झोपला. एक जाड ब्लँकेट खाली अंथरून ती त्यावर लोळली.

"कैवल्य, आय एम सॉरी. मी या सगळ्या वस्तूंचा माझ्याशी काय संबंध आहे याचा शोध घेणं थांबवू शकणार नाही. मला सगळं सत्य समजल्याशिवाय मी शांत बसणार नाही. मग याची मला कोणतीही शिक्षा मिळाली तरी चालेल." ती मनात स्वतःशी म्हणाली

कैवल्य हर्षिताचं लग्न होऊन आता पंधरा - वीस दिवस झाले होते. या दिवसात कैवल्य ऑफिसला गेल्यावर हर्षिताची शोधमोहीम सुरू व्हायची.

ती बऱ्याचवेळा घरी काहीतरी कारण सांगून हॉस्पिटलमध्ये डॉक्टर लेलेंना भेटायला जात होती. पण डॉक्टर लेले काहीतरी कारण सांगून तिला भेटायचं टाळत होते. ही गोष्ट तिच्या लक्षात आली होती.

हर्षिताचे कैवल्यच्या घरच्यांशी असलेले नाते दिवसेंदिवस अजूनच घट्ट होत होते. तिने मॉम आणि तृप्तीचा विश्वास संपादन केला होता. डॅड मात्र अजूनही तिला घाबरून होते. ती आपल्या घरच्यांशी नीट वागते, त्यांची काळजी घेते हे पाहून कैवल्यला बरं वाटत होतं. रिचा मात्र तिच्यावर जळत होती.

रात्री नेहमीप्रमाणे कैवल्यला यायला उशीर झाला होता आणि हर्षिता पुस्तक वाचत बसली होती. तेवढ्यात तिचा फोन वाजला. तिने उचलला.

"हर्षिता, तुला तुझा मुलगा प्रिय आहे असं काही वाटत नाही मला." समोरची व्यक्ती म्हणाली

"असं नाहीये. अयान माझा श्वास आहे. तो नसेल तर मी जिवंत नाही राहू शकत." हर्षिता म्हणाली

"हो ना? मग मी जे सांगितलं आहे ते कर लवकर. तो किशोर देशमुख आणि त्याची पूर्ण फॅमिली रस्त्यावर भीक मागताना दिसली पाहिजे आणि त्याची सगळी प्रॉपर्टी मला मिळाली पाहिजे. समजलंss?"

"हो...असच होईल." ती म्हणाली

फोन कट झाला. तिने एक दीर्घ श्वास घेतला.

"मी माझं उद्दिष्ट विसरू शकत नाही. मला काहीही करून ते पूर्ण करावं लागेल. नाहीतर तो सतीश घोरपडे माहित नाही काय करेल माझ्या अयान बरोबर. पण माझं मन का तयार होत नाहीये यासाठी? आपलं काहीतरी चुकतंय असं का वाटतंय मला? ती स्वतःशीच मनात बोलत होती

ती स्वतःच्या विचारात हरवलेली असताना कैवल्य कधी रूममध्ये आला हे देखील तिला समजलं नाही. तो फ्रेश होऊन, कपडे बदलून बाहेर आला तरी हर्षिता तशीच बसून होती. तिला असं बसलेलं पाहून त्याने तिच्याजवळ येऊन तिच्या खांद्यावर हात ठेवला. त्याबरोबर ती दचकली.

"हे रिलॅक्स! इट्स मी!" तो हळूच म्हणाला

"कैवल्य, तुम्ही कधी आलात?" तिने विचारलं

"झाली पाच मिनिटं."

"मला कसं समजलं नाही."

"तू तुझ्याच विचारात हरवलेली होतीस म्हणून नसेल समजलं." तो हसला

"असेल."

"सगळं ठीक आहे ना?" त्याने काळजीने विचारलं

"हो. तुम्हाला जेवायचं असेल ना? चला मी वाढते."

म्हणून ती बेडवरून खाली उतरली.

"नाही. आज मी जेवून आलोय." तो म्हणाला

"बाहेर जेवलात?"

"हो. एक क्लाएंट होते बरोबर. त्यांच्याबरोबरच जेवलो."

"अच्छा!"

ती अजूनही पूर्ण विचारातून बाहेर आली नव्हती. तिचा चेहरा पाहून त्यालाही हे समजत होतं की तिला कोणतीतरी गोष्ट आतल्याआत त्रास देतेय. ती शरीराने त्याच्यासमोर आहे, पण तिचं मन दुसरीकडेच आहे हे त्याला कळत होतं. पण तो तिला काही विचारत नव्हता. ती देखील ही गोष्ट त्याला सांगू शकत नव्हती. त्याला तिची काळजी वाटत होती. नकळतपणे त्याचं मन तिच्याकडे खेचलं जात होतं. तिचीही परिस्थिती काही वेगळी नव्हती. तिच्या मनात त्याच्यविषयी असणारे प्रेम तिला तिचं उद्दिष्ट पूर्ण करू देत नव्हतं. पण तिच्या अयानसाठी तिला मन मारून ते पूर्ण करावं लागणार होतं.

18

शनिवारी रात्री सगळे एकत्र डॅडच्या रूममध्ये बसले होते. दुसऱ्या दिवशी रविवार असल्याने कैवल्यला सकाळी उठायची घाई नव्हती. सगळे मिळून गप्पा मारत होते.

"कैवल्य, पुढच्या आठवड्यात तुझा वाढदिवस आहे!" मॉम तिरक्या नजरेने हर्षिताकडे पाहत म्हणाली

"येस मॉम." कैवल्य हसून म्हणाला

"अरे वा! किती तारखेला आहे तुमचा वाढदिवस?" हर्षिता ने विचारलं

"वीस नोव्हेंबर."

वीस नोव्हेंबर ऐकून हर्षिताला आश्चर्य वाटलं. त्यालाही एक कारण होतं. ते कारण म्हणजे त्याचदिवशी तिचाही वाढदिवस होता. पण तिने ही गोष्ट कोणाला सांगितली नाही.

"कैवू, तुझ्या बर्थडेला आपण एक ग्रँड पार्टी ठेवूया." रिचा उत्साहाने म्हणाली

"कैवल्य, पार्टी वैगरे सगळं नंतर. सगळ्यात आधी दरवर्षीप्रमाणे तुझ्या वाढदिवसानिमित्त आपण गरिबांना जेवण आणि भेटवस्तू द्यायच्या." मॉम म्हणाली

"येस मॉम. मी तर ठरवलं आहे यावेळेस काय गिफ्ट द्यायची गरिबांना."

"अरे वा! काय बरं?" मॉम ने उत्सुकतेने विचारलं

कैवल्य ने सगळ्यांवर एक नजर फिरवली.

"ते मी फक्त तुलाच सांगीन. तुझं आणि माझं टॉप सिक्रेट असेल ते." कैवल्य ने मॉमकडे पाहून डोळा मारला

"असं आहे का? बरं!" मॉम हसली

"दॅट्स नॉट फेअर कैवल्य. आम्हाला का नाही सांगत तू काय गिफ्ट देणार ते?" तृप्ती नाराज झाली

"तृप्ती, असं म्हणतात, आपण कोणतंही चांगलं काम केलं तर ते असं करावं की, आपल्या दुसऱ्या हातालाही समजू नये." कैवल्य म्हणाला

"पण तू मॉमला तर सांगणार मग आम्ही असा काय गुन्हा केला ज्यामुळे आम्हाला नाही सांगणार?"

कैवल्य ने मॉमकडे पाहिलं.

"मला समजलं ना काय देणार आहे तो गिफ्ट की, मी स्वतःहून येऊन सांगीन सगळ्यांना. मग तर झालं?" मॉम म्हणाली

"हम्म! येस." तृप्ती म्हणाली

"मॉम!!" कैवल्य ने डोळे मोठे करून पाहिलं

मॉम ने डोळे मिचकावले. कैवल्य हसला.

"तुम्ही दरवर्षी तुमच्या वाढदिवसाच्या दिवशी गरिबांना जेवण आणि भेटवस्तू देता?" हर्षिताने बेडवर चादर घालत विचारलं

"हो. माझ्या पहिल्या बर्थडेपासूनच मॉम डॅडनी गरिबांना जेवण आणि गिफ्ट्स द्यायला सुरुवात केली. जोपर्यंत मी लहान होतो आणि स्वतः कमवत नव्हतो तोपर्यंत मॉम डॅड देत होते. मागच्या काही वर्षांपासून मी द्यायला लागलो. एकही वर्ष असं गेलं नाही ज्यावर्षी आम्ही गरिबांना जेवण आणि गिफ्ट्स दिली नाही."

"असं तर तुम्हाला आतापर्यंत कित्येक गरिबांचे आशिर्वाद मिळाले असतील."

"हो. तुला माहितेय, मी जेव्हा त्या गरिबांना गिफ्ट देतो त्यावेळेस त्यांच्या चेहऱ्यावर जो आनंद असतो ना, तो पाहून मला खूप समाधान मिळतं."

"नक्कीच. आपल्यामुळे कोणाला आनंद होत असेल, तर ही गोष्ट आपल्यासाठी खरचं समाधानाची असते."

कैवल्य ने हर्षिताकडे पाहून हलकं स्मित केलं. तेवढ्यात त्याचा फोन वाजला म्हणून तो बोलण्यासाठी गॅलरीत गेला.

"किती चांगली आहेत ही माणसं. हे कसे कोणावर अन्याय करू शकतात? घोरपडेनी मला यांच्याबद्दल जे काही सांगितलं ते मला अजिबात खरं वाटत नाही. पण काही असलं तरी मला माझं उद्दिष्ट पूर्ण करावंच लागेल. त्याबरोबर मला मिळालेल्या त्या वस्तूंचा माझ्याशी काय संबंध आहे याचाही शोध घ्यायला हवा. " हर्षिता ने मनात विचार केला

कैवल्यच्या वाढदिवसाला आता दोन दिवस बाकी होते. त्याच्या वाढदिवसाची पार्टी घरातच त्याच्या मित्र मैत्रिणींना बोलावून होणार होती. पार्टीची सगळी तयारी रिचा करत होती. मॉम आणि तृप्ती तिला थोडीफार मदत करत होत्या. हर्षिता या सगळ्यापासून लांबच होती.

तिने पुन्हा एकदा हॉस्पिटलमधे जाऊन डॉक्टर लेलेंना भेटायचा प्रयत्न केला होता, पण यावेळेस ही ते तिला भेटले नाहीत. दुसरीकडे सतीश घोरपडे फोन करून लवकरात लवकर देशमुखांची प्रॉपर्टी त्याच्या नावावर करण्यासाठी तिच्यावर दबाव आणत होता. ती त्याला हो तर म्हणत होती, पण तिचं मन काही यासाठी काही केल्या तयार होत नव्हतं.

"हॅपी बर्थडे टू युssss..हॅपी बर्थडे टू युsss...हॅपी बर्थडे टू यु डियर कैवल्यss...हॅपी बर्थडे टू युss!"

रात्री बारा वाजता मॉम, तृप्ती, रिचा आणि हर्षिताने कैवल्यच्या रूममध्ये येऊन एकदम त्याला विश केलं.

"थँक यु सोss मचss एव्हरीवन!" कैवल्य हसून म्हणाला

त्याने मॉम चा आशिर्वाद घेऊन तिला मिठी मारली. मॉम ने त्याला आशिर्वाद देऊन त्याच्या पाठीवर हात थोपटला. त्याने तृप्तीला आणि रिचाला हलकी मिठी मारली. हर्षिताच्या समोर येऊन तो तसाच उभा राहिला.

"हॅपी बर्थडे!" हर्षिताने हसून आपला हात पुढे केला

"थँक यु!" कैवल्य ने तिच्या हातात हात देत हसून म्हटलं

"तृप्ती, रिचा चला. आता त्याला झोपू दे. उद्या सकाळी आठ वाजता देवळात जायचं आहे. मग तेव्हाच तिथूनच्या गरिबांना जेवण आणि भेटवस्तू पण देता येतील." मॉम म्हणाली

रिचा, मॉम आणि तृप्ती पुन्हा एकदा कैवल्यला विश करून आपापल्या रूममध्ये गेल्या.

"गुड नाईट!" हर्षिता म्हणाली

"हं! गुड नाईट!"

कैवल्य बेडवर जाऊन बसला. हर्षिता नेहमीप्रमाणे खाली ब्लॅंकेट घालणार होती, पण कैवल्य ने तिला थांबवलं.

"हर्षिता, तू पण झोप बेडवर. चालेल मला." कैवल्य म्हणाला

तिला जरा आश्चर्य वाटलं.

"नको. राहू दे." ती कसंबसं म्हणाली

"हर्षिता, आज माझा बर्थडे आहे. बर्थडेच्या दिवशी ज्याचा बर्थडे असतो त्याचं सगळं ऐकायचं असत. त्यामुळे तुला माझं ऐकावं लागेल. आता आपल्यात त्यामानाने बरीच अंडरस्टॅंडिंग क्रियेट झाली आहे. सो, आता काहीच हरकत नाही आपण एकत्र एका बेडवर झोपायला."

कैवल्यचं बोलणं ऐकून हर्षिताला नवलच वाटलं. अचानक याच्यात एवढा बदल कसा झाला हा प्रश्न तिच्या मनात आला. शेवटी त्याने एवढं सगळं म्हटल्यावर ती त्याला नाही तरी कशी म्हणणार. त्याच्या म्हणण्याला होकार देऊन ती बेडवर त्याच्या उजव्या बाजूला जाऊन बसली. एकमेकांकडे बघून हलकं स्मित करून दोघे झोपले.

दुसऱ्यदिवशी कैवल्य त्याचं आवरून तयार झाला. त्याने केशरी रंगाचा कुडता आणि त्याखाली पांढऱ्या रंगाचा पायजमा घातला होता. हर्षिता पण छान लाल रंगाची साडी नेसून तयार झाली होती. तिने एक लांब वेणी घातली होती. दोघे तयार होऊन खाली आले.

मॉम ने कैवल्यला ओवाळलं. त्याला त्याचं गिफ्ट दिलं. कैवल्य ने मॉम आणि डॅडचा आशिर्वाद घेतला. रिचा आणि तृप्ती ने पुन्हा कैवल्यला विश केलं. मॉम, तृप्ती, हर्षिता आणि कैवल्य देवळात जाणार होते. रिचाला उरलेली पार्टीची तयारी पूर्ण करायची होती त्यामुळे ती घरातच थांबणार होती.

"चला. उशीर होतोय देवळात जायला." मॉम म्हणाली

"मॉम, तुम्ही तिघी गरिबांचे जेवण आणि गिफ्टस् घेऊन या. मी पार्किंग मधून कार काढतो. कैवल्य म्हणाला

"हो चालेल."

कैवल्य पुढे गेला. मॉम, तृप्ती आणि हर्षिता सगळं सामान घेऊन घराबाहेर पडल्या.

19

मॉम, तृप्ती, हर्षिता आणि कैवल्य गणपतीच्या देवळात आले. सगळ्यात आधी सगळ्यांनी देवाचे दर्शन घेतले. मॉम आणि तृप्ती देवाला नमस्कार करून मागे सरकल्या. हर्षिता आणि कैवल्य देवासमोर हात जोडून, डोळे मिटून एकमेकांच्या बाजूला उभे होते.

"देवा, माझ्या वाढदिवसाच्या दिवशी मी तुझ्याकडे एवढंच मागते, माझ्या मनात जे काही प्रश्न आहेत, त्या सगळ्या प्रश्नांची योग्यवेळेस मला उत्तरं मिळू देत. ज्या काही शंका आहेत, त्या सगळ्या शंकाचे निरसन होऊ देत. माझ्याहातून अशी कोणतीही चूक होऊ देऊ नकोस, ज्या चुकीचा मला आयुष्यभर पश्चाताप होईल." हर्षिता मनात म्हणाली

"बाप्पा, तुझ्या कृपेने आतापर्यंत आमचं सगळं छान झालं आहे. एक गोष्ट सोडली, तर बाकी कशाची काही कमी नाहीये. मी कुठल्या गोष्टीविषयी बोलतोय तुझ्या लक्षात आलंच असेल. गेली आठ वर्ष मी तुझ्याकडे एक मागणं मागतोय, डॅडना परत पहिल्यासारखं बोलता येऊ दे. यावेळेस तू जो मार्ग दाखवला आहेस त्या मार्गावर मी माझ्या डॅडसाठी चालतोय, आता तू डॅडना लवकरात लवकर बरं करून त्यांची वाणी परत घेऊन ये." कैवल्य मनात म्हणाला

दर्शन झाल्यावर सगळे देवळाच्या बाहेर आले. बाहेर आल्यावर कैवल्य तिथे असणाऱ्या गरिबांना जेवण आणि त्यांच्यासाठी आणलेल्या भेटवस्तू देत होता. हर्षिता लांब उभी राहून त्याच्याकडे पाहत होती. तो सगळ्यांशी हसून बोलत होता. त्याला हसताना पाहून तिला खूप छान वाटत होतं.

"देवा, यांना नेहमी असच आनंदी ठेव. यांच्या सर्व इच्छा पूर्ण होऊ देत." हर्षिता देवाकडे पाहत मनात म्हणाली

कैवल्यकडे पाहताना हर्षिताच्या ओठावर हलकं हसू आलं होतं. तृप्ती ने लांबून तिच्याकडे पाहिलं.

"मॉम, हर्षिताकडे बघ. ती कैवल्यकडे पाहून बघ कशी हसतेय." तृप्ती मॉमच्या कानात हळूच म्हणाली

मॉम ने लगेच हर्षिताकडे बघितलं. तिला बघून मॉम ने लगेच डोळे मिटून देवाला हात जोडले.

"हे काय मॉम? हात का जोडलेस?" तृप्ती ने विचारलं

"देव माझं म्हणणं नक्की पूर्ण करणार, तृप्ती. या दोघांसाठी त्यांचे लग्न भले एका कॉन्ट्रॅक्ट वर आधारलेलं असेल, पण मला खात्री आहे यांचं नातं सात जन्मासाठी जोडलं गेलं आहे. हे दोघं कधीच एकमेकांपासून वेगळे होणार नाहीत." मॉम म्हणाली

तृप्ती हसली.

मॉमचं हे बोलणं कैवल्य आणि हर्षिता दोघांनी ऐकलं होतं. हर्षिताचे गाल हे ऐकून लाजून गुलाबी झाले होते. पण कैवल्यच्या कपाळावर मात्र आठयांचे जाळे पसरले होते. दोघांनी एकाचवेळेस एकमेकांकडे बघितलं. दोघांची नजरानजर झाली त्याबरोबर दोघांनी आपली नजर दुसरीकडे फिरवली.

"मॉम काहीही विचार करते. माझं आणि हर्षिताचं सात जन्माचं नातं...नाही! शक्यच नाही." कैवल्य मनात म्हणाला

"माझं आणि कैवल्यंच सात जन्माचं नातं... खरंच असं असेल का? आम्ही खरंच एकमेकांपासून कधी वेगळे होणार नाही?" हर्षिता मनात म्हणाली

संध्याकाळी सात वाजता पार्टी होती. कैवल्य चे सगळे मित्र आणि मैत्रिणी येणार होत्या. रिचा ने पार्टीची तयारी एकदम मस्त केली होती. हॉल खूपच छान सजवला होता. फुगे लावले होते. एका भिंतीवर सोनेरी अक्षरात ‘हॅपी बर्थडे कैवल्य’ लिहिलेलं होतं. रंगबेरंगी लाइट्स लावले होते. त्या भिंतीसमोर एक मोठं गोल टेबल ठेवलेलं होतं. त्या टेबलावर एक गुलाबाच्या फुलांचा गुच्छ ठेवला होता, केक ठेवायला एक प्लेट होती

आणि केक कापण्यासाठी एक सुरी ठेवली होती.

कैवल्य तयार होण्यासाठी रूममध्ये आला. बेडवर त्याच्यासाठी आधीच कपडे काढून ठेवलेले होते. नेव्ही ब्लू शर्ट, ब्लॅक ब्लेझर आणि ब्लॅक पँट. रिचाने हे ठेवले असणार हा विचार करून तो लगेच तयार झाला. हर्षिताने लांबूनच त्याला तयार झालेलं पाहिलं. ती हलकेच हसली.

"लेडीज अँड जेंटलमेन, पुट युअर हँडस टुगेदर फॉर अवर बर्थडे बॉय कैवल्यss!" रिचा माईक वर उत्साहाने ओरडली

कैवल्य जिन्यावरून उतरून खाली येत होता. सगळ्यांनी टाळ्यांचा कडकडाट करून त्याचं स्वागत केलं. खाली आल्यावर सगळेजण त्याला विश करण्यासाठी त्याच्याभोवती गोळा झाले.

तो सगळ्यांशी हसून बोलत होता. बरेचजण त्याला गिफ्ट देत होते. तो त्यांना थँक्स म्हणून गिफ्ट घेऊन ते रिचाकडे देत होता. रिचा एका ठिकाणी सगळे गिफ्ट गोळा करत होती.

"किती खूष दिसतोय ना कैवल्य?" मॉम हसून म्हणाली

"हो. मॉम, हर्षिता कुठेय?" तृप्ती आजूबाजूला बघत म्हणाली

"माहित नाही. मला दिसलीच नाही ती." मॉम म्हणाली

"थांब मी बघून येते."

"हो. जा, घेवून ये तिला."

तृप्ती हर्षिताला बोलवायला रूममध्ये गेली.

हर्षिता रूममध्ये खिडकीत उभी राहून फोनवर बोलत होती.

"वाढदिवसाच्या खूप खूप शुभेच्छा, हर्षु. शतायुषी भव." आई म्हणाली

"थँक यु आई."

"मग, तिथे तुला कोणी कोणी शुभेच्छा दिल्या?"

"कोणीच नाही."

"का?"

"त्यांना माहित असेल आज माझाही वाढदिवस असतो, तर शुभेच्छा देतील ना."

तृप्ती ने हे ऐकलं. ती रूमच्या आत न येता मनात काही विचार करून तशीच खाली गेली.

"म्हणजे? तू त्यांना सांगितलं नाहीस?" आई ने विचारलं

"नाही. बरं आई, मी ठेवते फोन. कैवल्यंच्या वाढदिवसाची पार्टी आहे. सगळे वाट पाहत असतील. मी करते नंतर फोन."

"बरं."

हर्षिता फोन कट करून रूमच्या बाहेर आली.

"कायss? मग तिने आपल्याला का सांगितलं नाही?" कैवल्य तृप्तीला म्हणाला

"माहित नाही. बरं झालं मी ऐकलं."

"हं! तिने नाही सांगितलं म्हणून काय झालं? आपण तिला सरप्राईज देऊया. काय म्हणतेस?"

"येसss."

"कैवू, तिला सरप्राईज वैगरे द्यायची काय गरज आहे?" रिचा वैतागून म्हणाली

"ती आपल्यासाठी जे करतेय, त्याची परतफेड म्हणून आपण एवढं करूच शकतो." कैवल्य म्हणाला

"नक्कीच." तृप्ती म्हणाली

रिचाने नाक मुरडलं.

"तू काय ठरवलं आहेस?" मॉम ने विचारलं

"आपण आता काहीच बोलायचं नाही. ही पार्टी झाली की मग तिला आपण सरप्राईज देऊ. ओके?"

"ओके." मॉम आणि तृप्ती एकदम म्हणाल्या

रिचा काही बोलली नाही म्हणून कैवल्य ने तिच्याकडे पाहिलं.

"व्हॉट?" रिचाने भुवई उंचावत विचारलं

"मी आता जे बोललो ते तू ऐकलंस ना?"

"हं! ऐकलं. तुम्हाला हवं ते करा. मी काही तिला सरप्राईज वैगरे देणार नाही." रिचा म्हणाली

"ओके. ऍझ युवर विश." कैवल्य ने खांदे उडवले

हर्षिता जिन्यावरून खाली येत होती. कैवल्य त्याच्या काही मित्रांबरोबर बोलत होता. तो पाठमोरा उभा असल्याने त्याला हर्षिता दिसली नाही. तो ज्या मित्राशी बोलत होता तो बोलता बोलता एकदम थांबला. तो हर्षिताकडे पाहत होता.

हर्षिताकडे पाहून त्याच्या चेहऱ्यावरचे भाव एकदम बदलले.

"कैवल्य, व्हू इज शी?" त्याने हर्षिताकडे पाहतच विचारलं

कैवल्य ने मागे वळून हर्षिताकडे पाहिलं. तो देखील तिला पाहतच राहिला. तिने नेव्ही ब्लु रंगाचा लॉंग इव्हीनिंग गाऊन घातला होता. केस अर्धे पुढे घेऊन बाकी मागे मोकळे सोडले होते. हलका मेकअप केला होता. इमिटेशन ज्वेलरी घातली होती. खूपच सुंदर दिसत होती आज हर्षिता.

"कैवल्य."

त्याच्या मित्राने हाक मारल्यावर तो भानावर आला.

"हं..येस. शी इज....माय वाईफ, हर्षिता" त्याने पुन्हा तिच्याकडे पाहिलं

"व्हॉट? वाईफ?" त्याच्या मित्राला धक्काच बसला

"येस."

"मला तर वाटलं तू आणि रिचा..."

"हं! आय लव्ह रिचा. बट, काही पर्सनल रिझनमुळे मला हर्षिताशी लग्न करावं लागलं. आमचं लग्न हे कॉंट्रॅक्ट मॅरेज आहे. कॉंट्रॅक्ट संपलं की आम्ही डिव्होर्स देऊन वेगळे होणार."

"ओह! दॅट मिन्स, यु डोन्ट लाईक ऑर लव्ह हर."

कैवल्य ने नकारार्थी मान हलवली.

"परफेक्ट!" त्याचा मित्र खूष झाला

कैवल्य ने त्याच्याकडे पाहिलं. त्याच्या चेहऱ्यावर असणारे भाव पाहून कैवल्यला थोडी शंका आली.

"विनय, काय विचार करतोयएस तू?" कैवल्य ने विचारलं

"हं? नथिंग ब्रो.."

"विनय, मी तुला चांगलं ओळखतो. सांग काय विचार करतोयएस?"

"कैवल्य, लेट्स गो. इट्स केक कटिंग टाईम." रिचा म्हणाली

"रिचा, एक मिनिट. विनय, तू ..."

"कैवल्य, आपण नंतर बोलू. पहिले केक कटिंग करूया."

"कैवू, लेट्स गो.."

रिचा त्याचा हात धरून त्याला खेचत टेबलाजवळ घेऊन आली. हर्षिता तिथेच उभी होती. ती कैवल्यकडे पाहून किंचित हसली. विनय आणि बाकी सगळेजण टेबलापाशी येऊन उभे राहिले.

"कैवल्य, फर्स्ट मेक अ विश." रिचा म्हणाली

कैवल्य ने डोळे मिटून विश मागितली. मग कॅंडल विझवून केक कट केला.

"हॅपी बर्थडे टु यु..हॅपी बर्थडे टु यु...हॅपी बर्थडे डिअर कैवल्य..हॅपी बर्थडे टु यु.." सगळे टाळ्या वाजवत एका सुरात गात होते

केक कट झाल्यावर कैवल्य ने पहिल्यांदा मॉमला केक भरवला. मग डॅड, तृप्ती आणि रिचाला भरवला. त्यांनी कैवल्यला भरवला. त्याच्या काही मित्रांनी मिळून त्याच्या चेहऱ्यावर केक फासला.

हर्षिता ने पुढे येऊन छोटा पीस कापून कैवल्यला भरवला. त्याने देखील एक पीस हर्षिताला भरवला. विनय लांबून सारखा हर्षिताकडे बघत होता. त्याच्या नजरेत असणारे भाव कैवल्यला खटकत होते. विनय हळूच हर्षिताच्या मागे जाऊन उभा राहिला. कैवल्य बाकीच्या मित्रांशी बोलत असला तरी त्याचे विनयकडेच लक्ष होते. हर्षिता ने जो इव्हीनिंग गाऊन घातला होता त्याचा गळा थोडा खालपर्यंत होता. त्यामुळे तिची पाठ थोडी दिसत होती. विनय ने कोणाचे लक्ष नाहीये असं पाहून हळूच हर्षिताच्या पाठीवर आपलं बोट फिरवलं. त्याबरोबर तिने दचकून मागे बघितलं.

मागे उभा असलेला विनय तिच्याकडे पाहून हसत होता. तो पुढे काही बोलणार त्याआधी कैवल्य ने त्याच्या खाडकन थोबाडीत मारून त्याच्या शर्टाची कॉलर घट्ट पकडली. हर्षिताने घाबरून आपल्या तोंडावर हात ठेवला.

"तुझी हिम्मत कशी झाली हर्षिताला हात लावायची?" कैवल्य भडकला

"तू तर तिला हात लावणार नाहीस...मग मी लावला तर काय झालं? आय लाईक हर, ब्रो!!"

"विनय!!!!"

कैवल्य ने विनयला जोरात धक्का मारून खाली पाडलं. तो विनयला जोरजोरात मारायला लागला. तिथले सगळेच घाबरले.

"कैवल्य, सोडा त्यांना. नका मारू." हर्षिता त्याला थांबवत होती

"नाही हर्षिता. याला नाही सोडणार मी. विनय, मला वाटलंच होतं तू असच काही करणार. माझ्या बायकोला हात लावून फार मोठी चूक केली आहेस तू."

विनय कैवल्यला धक्का देऊन त्याला बाजूला करून उठून उभा राहिला. कैवल्य खाली गुडघ्यावर बसला होता.

"तुझी...बायको? हंह! काँट्रॅक्ट वाली बायको आहे तुझी ती. काँट्रॅक्ट संपलं की, ती तुझी कोणीच नसणार. मग बिचारी एकटी काय करेल? म्हणून मी सांगतो ते ऐक..तू हिला आताच डिव्होर्स दे आणि हिला माझ्या हवाली कर. मी नेहमी तिला खूष ठेवीन." विनय म्हणाला

विनयचं बोलणं ऐकून सगळ्यांना धक्का बसला. हर्षिताला तर चांगलाच धक्का बसला. तिने कैवल्यकडे पाहिलं. तो आता काय म्हणेल याकडे तिचं लक्ष होतं.

20

"काँट्रॅक्ट वाली बायको आहे तुझी ती. काँट्रॅक्ट संपलं की, ती तुझी कोणीच नसणार. मग बिचारी एकटी काय करेल? म्हणून मी सांगतो ते ऐक..तू हिला आताच डिव्होर्स दे आणि हिला माझ्या हवाली कर. मी नेहमी तिला खूष ठेवीन." विनय म्हणाला

"हो म्हण कैवल्य, हो म्हण." रिचा पुटपुटली

मॉम ने रिचाकडे डोळे मोठे करून पाहिलं. रिचाने डोळे फिरवले.

आपल्या हाताच्या मुठी घट्ट आवळून घेत, एक नजर हर्षिता वर टाकून कैवल्य उठून उभा राहिला.

"गेटsss आऊटss!" तो विनय वर जोरात ओरडला

"कैवल्य, रिलॅक्स! तू जरा शांतपणे विचार कर मग मला सांग. आय विल वेट." विनय म्हणाला

"विनय, आय सेड, गेटss आऊटss! तू अजून एक मिनिट माझ्यासमोर उभा राहिलास, तर माहित नाही मी काय करीन ते." कैवल्य रागात म्हणाला

"ओके ओके. फाईन! जायच्या आधी एवढंच सांगतो, मी जे म्हटलं त्याचा एकदा विचार नक्की कर. हर्षिता, तू समजावून बघ त्याला. एखादवेळ तुझं ऐकेल तो.." विनय हर्षिताकडे पाहून म्हणाला

कैवल्य ने हर्षिताकडे पाहिलं. तिच्या चेहऱ्यावर भीती स्पष्ट दिसत होती. तिचे डोळे पाण्याने भरले होते. विनय तिथून निघून गेला. तो गेल्यावर कैवल्य स्वतःला शांत करून हर्षिताच्या जवळ आला. त्याने हर्षिताच्या खांद्यावर हात ठेवला त्याबरोबर हर्षिताने रडत त्याला घट्ट

मिठी मारली. हे बघून रिचा चिडून पुढे जायला लागली तेव्हा मॉम ने तिचा हात पकडला.

"रिचा, खबरदार तू त्यांच्यामध्ये आलीस तर!" मॉम ने धमकी दिली

रिचा चिडून मॉमच्या हातातून आपला हात सोडवून घेत तिथून पाय आपटत निघून गेली. तृप्ती ने आलेल्या सगळ्यांना पार्टी संपली म्हणून सांगितलं. सगळेजण आपापल्या घरी निघून गेले.

कैवल्य ने हर्षिताला आपल्यापासून दूर केलं. त्याने तिचा चेहरा आपल्या हाताच्या ओंजळीत पकडून अंगठ्याने तिच्या डोळ्यातलं पाणी पुसलं. आता जे काही घडलं त्यामुळे ती घाबरली आहे आणि अस्वस्थ ही झाली आहे हे त्याच्या लक्षात आलं. तिचा मूड परत ठीक कसा करावा याचा विचार करताना त्याला एक कल्पना सुचली.

"हर्षिता, बर्थडेच्या दिवशी असं रडायचं नसतं. आय नो, आयुष्यातील अजून एक वर्ष कमी झालं आणि आपण हळूहळू थोडे म्हातारे होतोय या गोष्टीचं आपल्याला वाईट वाटतं; पण यात रडायची काहीच आवश्यकता नाही." कैवल्य नाटकी स्वरात एकदम गंभीर होत म्हणाला

हर्षिताला कैवल्यच बोलणं ऐकून हसू आलं. कैवल्य ने देखील तिच्याकडे पाहून हलकं स्मित केलं.

"पण कैवल्य, तुम्हाला कसं कळलं माझाही आज वाढदिवस आहे?" हर्षिता ने आश्चर्याने विचारलं

"मी ऐकलं, तू फोनवर बोलत होतीस तेव्हा." तृप्ती म्हणाली

"ओह!"

"तू का सांगितलं नाहीस तुझाही बर्थडे आहे ते?" तृप्ती ने विचारलं

हर्षिता ने कैवल्य, मॉम आणि तृप्तीकडे आळीपाळीने बघितलं.

"अं..असच." ती खोटं हसत म्हणाली

"माझ्याबरोबर तुझा बर्थडे आहे ही गोष्ट तुला पटली नाही का?" त्याने विचारलं

"म्हणजे?" तिने न समजून विचारलं

"नाही म्हणजे, ज्याचा बर्थडे असतो त्याला सगळ्यांकडून स्पेशल अटेंशन मिळतं. आता माझ्याबरोबर तुझाही बर्थडे असल्यामुळे तुला पूर्ण शंभर टक्के स्पेशल अटेंशन मिळणार नाही असं वाटून तू आम्हाला

सांगितलं नाहीस का?" कैवल्य ने मस्करीत विचारलं

हर्षिता हसली.

"नाही. असं नाही वाटलं मला."

"मग काय वाटलं?"

"ओहो कैवल्य, तिला काय वाटलं ते इम्पॉरटंट नाहीये. आता आपण तिचा बर्थडे सेलिब्रेट करणं इम्पॉरटंट आहे." तृप्ती म्हणाली

"ओह येस! हर्षिता, लेट्स सेलिब्रेट युवर बर्थडे." कैवल्य हसून म्हणाला

हर्षिताच्या डोळ्यात पाणी आलं.

"आता कशाला रडतेस?"

"बाबा गेल्यापासून मी माझा वाढदिवस कधीच सेलिब्रेट केला नाही. बाबा होते आणि माझं लग्न झालं नव्हतं तेव्हा, दरवर्षी बाबा माझ्यासाठी मला आवडते म्हणून स्वतःच्या हाताने रबडी बनवायचे. आई ला म्हणायचे, 'सुलभा, आज तू फक्त गरमागरम पुऱ्या बनवं, रबडी मीच माझ्या हाताने बनवणार माझ्या हर्षुसाठी.'" हर्षिताचे डोळे पाण्याने भरले

हर्षिताचं बोलणं ऐकून मॉम आणि तृप्ती भावुक झाल्या. कैवल्य ने हर्षिताच्या खांद्यावर हात ठेवला. त्याच्याही डोळ्यांच्या पापण्या ओल्या झाल्या होत्या. डॅड लांब बसून सगळं ऐकत होते. त्यांच्याही डोळ्यात नकळत पाणी आलं.

कैवल्य आपल्या डोळ्यातलं पाणी पुसून हसत म्हणाला,

"बास बास! आता जर आपण असेच रडलो ना, तर आपलं घर हे स्विमिंग पूल होईल."

त्याचं बोलणं ऐकून सगळेच हसले.

"हर्षिता, तुझे बाबा तर आता नाहीयेत, पण आता तुला ह्यांच्या रुपात अजून एक बाबा मिळाले आहेत. ते तर तुझ्या बाबांचे मित्रच आहेत. म्हणजे तुझ्या बाबांसारखेच आहेत." मॉम म्हणाली

"येस!" कैवल्य म्हणाला

हर्षिता ने मान हलवून डॅडकडे पाहिलं. त्यांनी मात्र लगेच आपली नजर दुसरीकडे फिरवली.

"मी जेव्हा यांच्याकडे बघते, तेव्हा हे अशीच नजर फिरवतात. याचा अर्थ माझ्या मनात यांच्याबद्दल जी शंका आहे ती योग्य आहे. मला डॉक्टर लेलेंकडून लवकरच सगळं समजून घ्यायला हवं." हर्षिता ने मनात विचार केला

"कैवल्य, कुठे नेताय मला?" हर्षिता ने आजूबाजूला हात फिरवत विचारलं

हर्षिताच्या डोळ्यावर पट्टी बांधली होती आणि कैवल्य तिचा हात धरून तिला हळूहळू पुढे घेऊन जात होता. मॉम आणि तृप्ती एकमेकींकडे पाहून गालातल्या गालात हसत होत्या.

"रिलॅक्स हर्षिता. मी तुला किडनॅप नाही केलंय. आपण घरातच आहोत. फक्त एक सरप्राईज आहे तुझ्यासाठी म्हणून डोळ्यावर पट्टी बांधली आहे." कैवल्य म्हणाला

"काय सरप्राईज?"

"कळेलच तुला. ओके स्टॉप."

हर्षिता थांबली.

"आता मी ही पट्टी काढली की हळूच डोळे उघडून समोर बघ. तुला तुझं सरप्राईज मिळेल."

"ओके."

कैवल्य ने हर्षिताच्या डोळ्यावरून पट्टी काढली. पट्टी काढल्यावर हर्षिता ने हळूच डोळे उघडून समोर पाहिलं. तिच्यासमोर उभ्या असलेल्या व्यक्तींना पाहून तिला आश्चर्याचा धक्का बसला.

21

कैवल्य ने हर्षिताच्या डोळ्यावरून पट्टी काढली. पट्टी काढल्यावर हर्षिता ने हळूच डोळे उघडून समोर पाहिलं. तिच्यासमोर उभ्या असलेल्या व्यक्तींना पाहून तिला आश्चर्याचा धक्का बसला.

तिच्यासमोर तिची आई आणि अयान उभे होते.

"मम्मा..." अयान धावत येऊन तिला बिलगला

"अयान.."

तिने त्याला आपल्या मिठीत घेऊन त्याच्या गालावर, कपाळावर आपले ओठ टेकवले. तिची आई तोंडाला पदर लावून या माय लेकराकडे पाहत होती. तिच्या डोळ्यात आपल्या मुलीला बघून अश्रू जमा झाले होते.

जवळजवळ एक महिना हर्षिता आपल्या अयानपासून लांब होती.

"मम्मा, मला तुझी खूप आठवण येत होती. तू कशी आहेस मम्मा?" अयान ने विचारलं

"मी बरी आहे, बाळा. मला पण तुझी खूप आठवण येत होती अयान.." तिने परत त्याच्या गालावर ओठ टेकवले

"हर्षु." आई पुढे आली

"आई." हर्षिता ने पुढे येऊन आईला मिठी मारली

दोघीजणी एकमेकींच्या मिठीत रडत होत्या. हर्षिता स्वतःला सावरून आईपासून दूर झाली.

"आई, कशी आहेस?" हर्षिता ने डोळ्यातलं पाणी पुसत विचारलं

आई ने हाताने इशारा करूनच ठीक आहे सांगितलं. आपल्या मुलीला समोर पाहून तिचा कंठ दाटून आला होता. तिने आपल्या साडीच्या पदराने डोळ्यातलं पाणी पुसलं.

कैवल्य, मॉम, डॅड आणि तृप्ती समोर चाललेले दृश्य पाहून भावुक झाले होते. हर्षिता कैवल्यसमोर हात जोडून उभी राहिली.

"हे काय?" कैवल्य ने विचारलं

"माझ्या आईला आणि अयानला इथे बोलवून तुम्ही मला माझ्या वाढदिवसाचं जे गिफ्ट दिलंत त्यासाठी खूप खूप धन्यवाद." हर्षिता म्हणाली

"अगं, त्यात धन्यवाद काय म्हणतेस? तू आमच्यासाठी तुझ्या आईपासून आणि तुझ्या या छोट्या मुलापासून लांब इथे राहत आहेस. मग आम्ही तुझ्यासाठी एवढं करूच शकतो." मॉम म्हणाली

हर्षिता हसली.

"वहिनी, तुम्ही माझ्या मुलीला अगदी तुमच्या मुलीप्रमाणे प्रेम आणि आदर देत आहात हे पाहून खूप छान वाटलं. तिच्याकडून पुढे काही चूक झाली तर तिला क्षमा करा. तिच्यावर रागावू नका." आई म्हणाली

"माझ्या हर्षिताकडून काय चूक होणार? पण समजा झालीच काही चूक, तर नक्की समजून घेईन मी तिला. तुम्ही काळजी करू नका." मॉम म्हणाली

आई ने हात जोडले. मॉम ने आईचे हात आपल्या हातात घेऊन तिला धीर दिला.

"ओके ओके, आता आपण केक कटिंग करूया." तृप्ती म्हणाली

"केक?" हर्षिता ने आश्चर्याने विचारलं

"येस केक. मला जेव्हा समजलं तुझाही बर्थडे आहे, तेव्हा मी लगेच एक केकची ऑर्डर दिली." कैवल्य म्हणाला

"कशाला तुम्ही एवढं.."

हर्षिता पुढे काही बोलणार त्याआधी कैवल्य ने तिच्या ओठासमोर बोट नेलं.

"शsss! अयान, तुला आवडतो ना केक?" कैवल्य ने अयानला कडेवर उचलत विचारलं

"होsss ! मला खूप आवडतो." अयान ओठावरून जीभ फिरवत म्हणाला

"वॉव! हर्षिता, चल लवकर केक कट कर. अयानला केक खायचा आहे." कैवल्य म्हणाला

हर्षिता ने हसून मान हलवली. कैवल्य अयानला कडेवर घेऊनच केक ठेवलेल्या टेबलाजवळ आला. मॉम, तृप्ती, आई सगळे टेबलाभोवती उभे होते. डॅड खुर्चीत बसले होते. हर्षिता ने कँडल विझवून सूरी हातात घेतली.

"हॅपी बर्थडे टु यु..हॅपी बर्थडे टु यु..हॅपी बर्थडे हर्षिता ..हॅपी बर्थडे टु यु.."

मॉम, तृप्ती, अयान सगळे मिळून टाळ्या वाजवत गात होते. आई आणि डॅड फक्त टाळ्या वाजवत होते. हर्षिता ने केक कट करून पहिला पीस अयानला भरवला. मग आई, मॉम, तृप्तीला भरवला. मॉम आणि तृप्ती ने हर्षिताला भरवला.

कैवल्य अयानला खाली उतरवून टेबलाजवळ आला. त्याने छोटा पीस कापून हर्षिताला भरवला.

"हॅपी बर्थडे!" तो हळूच म्हणाला

"थँक यु!" तिने हलकं हसून म्हटलं

"कैवल्य, तुझ्या बर्थडे पार्टीमध्ये एक गोष्ट राहूनच गेली." तृप्ती म्हणाली

"कोणती?"

"डान्सss.."

"ओह येस. मग आता करूया. काय म्हणतेस, हर्षिता?" कैवल्य म्हणाला

"डान्स? मला नाही येत." हर्षिता जरा अवघडून म्हणाली

"अगं, तुला काय प्रोफेशनल डान्स करायला नाही सांगत आहे कोणी. मी दाखवतो, एकदम सिम्पल असतो पार्टीमधला डान्स. तृप्ती, विल यु बी माईन डान्स पार्टनर?" कैवल्य ने तृप्तीसमोर आपला हात पुढे केला

"शुअर.." तृप्ती ने कैवल्यच्या हातात आपला हात दिला

"म्युझिक!" कैवल्य ओरडला

त्याबरोबर तिथले सगळे लाईट थोडे डीम होऊन म्युझिक सुरू झालं. कैवल्य ने आपल्या डाव्या हाताने तृप्तीचा उजवा हात पकडला होता.

तृप्ती ने आपला डावा हात कैवल्यच्या उजव्या खांद्यावर ठेवला होता. कैवल्य ने आपला उजवा हात तृप्तीच्या कंबरेवर ठेवला होता. ते दोघे हळूहळू मागे पुढे होत, एकमेकांच्या डोळ्यात पाहत डान्स करत होते.

हर्षिता एकटक त्या दोघांकडे बघत होती. सगळे त्यांचा डान्स एन्जॉय करत होते. रिचा जिन्यात वर उभी राहून खाली काय चाललंय ते पाहत होती.

हर्षिता ने त्यांचा डान्स बघता बघता आपले डोळे मिटले. आता ती आणि कैवल्य एकत्र डान्स करत होते. त्याने तिचा उजवा हात आपल्या डाव्या हाताने पकडला होता. तिचा डावा हात त्याच्या उजव्या खांद्यावर होता आणि त्याचा उजवा हात तिच्या कंबरेवर होता. ते दोघे एकमेकांच्या डोळ्यात पाहून डान्स करत होते. मागे हळू आवाजात बर्फी मुव्हीमधलं 'सावली सी रात हो' गाणं चालू होतं.

त्याने आता तिला पाठीमागून आपल्या मिठीत घेतलं होतं. त्याचे ओठ तिच्या कानावरून फिरत होते. तिने आपले डोळे घट्ट मिटून घेतले होते. ती त्याला हळूच मागे धक्का देऊन पुढे गेली. तो हकलेच हसून तिच्याजवळ आला. त्याने हळूच तिला आपल्या दिशेला वळवून तिचा चेहरा आपल्या हाताच्या ओंजळीत पकडला. दोघांची नजरानजर झाली. त्याबरोबर लाजून ती त्याच्या मिठीत शिरली. त्याने हसून तिच्या डोक्यावरून हात फिरवला.

"हर्षिताsss" कैवल्य ओरडला

"मम्माss!" अयान ने तिचा हात पकडून हलवला

तिने एकदम दचकून डोळे उघडले. ती गोंधळून इकडे तिकडे पाहायला लागली.

"आमचा डान्स एवढा बोरिंग होता का?" तृप्ती ने उदास होऊन विचारलं

तिने खोटं हसत आपल्या कपाळावर बोट फिरवलं.

"नाही नाही. खूप मस्त होता डान्स."

"तरी तू झोपलीस?" कैवल्य ने विचारलं

"मी झोपले नव्हते."

"पण तुझे डोळे तर बंद होते."

"उंम! हो. मी डोळे मिटून गाणं ऐकत होते." ती इकडे तिकडे नजर फिरवत म्हणाली

"गाणं ऐकत होतीस की, डोळे मिटून तुझा आणि कैवल्यचा डान्स इमॅजिन करत होतीस?" मॉम ने मस्करीत विचारलं

कैवल्य ने मॉम कडे पाहून डोळे मोठे केले. तिला तर उचकीच लागली. तृप्ती आणि मॉम गालातल्या गालात हसल्या.

"वहिनी, आम्ही निघतो आता. उशीर झालाय." आई म्हणाली

"अजून जेवण बाकी आहे. जेवूनच जा.." मॉम म्हणाली

"नको राहू दे. चल अयान."

"आजी, मला मम्मा बरोबर राहायचं आहे." अयान हर्षिताला बिलगत म्हणाला

"नाही बाळा. आपण इथे नाही राहू शकत. मम्मा येईल ह तिचं काम करून लवकर." आई म्हणाली

"नाही. मला राहायचं आहे. मम्मा..." अयान ने पाय आपटले

"अयान, असा हट्ट नाही करायचा. तू माझा गुड बॉय आहेस ना? आजी बरोबर घरी जा. मी येईन ह लवकर." हर्षिता ने त्याच्या गालावर ओठ टेकवले

"नाही मम्मा..मी इथेच राहणार."

"हर्षिता, त्याला राहू दे इथे." कैवल्य म्हणाला

"अहो, पण.."

"चालेल मला. माझी आणि त्याची चांगली फ्रेंडशिप झाली आहे. हो की नाही अयान?" कैवल्य ने विचारलं

"होss! मम्मा, हे काका खूप मस्त आहेत."

"ओह गॉड! याची मम्मा काही कमी होती, की आता हिचा मुलगा देखील इथे राहणार. सो इरिटेटिंग!" रिचा वैतागून मनात म्हणाली

"ओके. आई, राहू दे याला इथे." हर्षिता म्हणाली

अयान खूष झाला.

"बरं. मग मी येते." आई म्हणाली

"मी सोडतो तुम्हाला घरी." कैवल्य म्हणाला

"नको नको. तुम्ही कशाला त्रास घेता. मी जाईन."

"यात त्रास कसला?"

"नको हो! मी जाईन."

"ओके मी नाही येत, माझ्या ड्रायवर ला सांगतो. तो जसा घेऊन आला तसा सोडेल तुम्हाला. प्लिज नाही म्हणू नका."

"बरं."

"या."

आई सगळ्यांचा निरोप घेऊन घराबाहेर पडली. कैवल्य आईला कारमधे बसवून परत घरी आला.

अयान हर्षिताच्या मांडीवर डोकं ठेऊन झोपला होता. हर्षिता त्याच्या डोक्यावरून हात फिरवत होती. तेवढयात तिचा फोन वाजला. तिने अयान उठायला नको म्हणून पटकन उचलला.

"हर्षु, मी पोचले गं वेळेत. अयान झोपला का?" आई ने विचारलं

"हो आत्ताच झोपला. मी उद्या त्याला नीट समजावून कैवल्य बरोबर पाठवीन परत घरी. त्याच्यासाठी इथे राहणं ठीक नाहीये. तो इथे राहिला, तर मला माझं काम करता येणार नाही."

"हर्षु, मला खरं तिथेच तुझ्याशी बोलायचं होतं, पण वेळ नाही मिळाला. मला माहित आहे तू जे काही करायला तिथे गेली आहेस, ते अयानच्या भल्यासाठीच आहे. पण ती माणसं खरच चांगली आहेत. त्यांनी तुझ्यासाठी एवढं सगळं केलं. तुझ्यावर किती प्रेम आहे त्यांचं. असं असताना त्यांना फसवणं मला तरी पटत नाहीये." आई म्हणाली

"हो गं आई. माझं ही मन तयार होत नाहीये. काहीतरी चुकतंय असच वाटतंय मला. पण शेवटी प्रश्न अयानच्या जीवाचा आहे. मी त्याचा जीव धोक्यात नाही घालू शकत." हर्षिता अयानकडे पाहत म्हणाली

"हो गं! मी फक्त मला जे वाटलं ते सांगितलं. शेवटी तुला जे वाटतंय ते तू कर. फक्त जे काही करशील, ते नीट विचार करून कर एवढंच."

"हो."

22

"कैवू, मी त्या हर्षिताला खूप मुश्किलीने सहन करतेय या घरात; पण आता तिच्या त्या मुलाला मी अजिबात सहन करू शकत नाही." रिचा वैतागून म्हणाली

"अच्छा? तुला आठवतंय, मागच्या वर्षी तुझी एक मैत्रीण आपल्याकडे येऊन राहिली होती. नुसती बसून ऑर्डर्स सोडायची. हे हवं, ते नको. हे असंच का आणि ते तसच का असे फालतू प्रश्न विचारून भंडावून सोडलं होतं तिने. नंतर तिने तिच्या नवऱ्याला सुद्धा बोलवून घेतलं होतं. तेव्हा मी म्हटलं होतं, ती तुझी मैत्रीण आहे म्हणून मी तिला सहन करतोय; पण आता तिच्या नवऱ्याला मी सहन करणार नाही. तेव्हा तू मला काय म्हणाली होतीस ते आठवतंय ना?" कैवल्य ने तिच्यावर नजर रोखत विचारलं

"अं..कधी? मला तर नाही आठवत." रिचा चेहऱ्यावर भोळेपणाचे भाव आणत म्हणाली

"हम्म! तुला नाहीच आठवणार. तू म्हणाली होतीस, 'अरे, फक्त काही दिवसांचा प्रश्न आहे. प्लिज थोडं सहन कर. मी तिला नाही कसं म्हणू'." कैवल्य रिचाच्याच टोनमध्ये म्हणाला

"ओके ओके. व्हॉटएव्हर!" रिचाने डोळे फिरवले

"आय होप, आता तुला अयानच्या इथे राहण्याने काही प्रॉब्लेम होणार नाही."

"हम्म! पण फक्त काही दिवसच."

कैवल्य ने मान हलवली.

"काही दिवस नाही. फक्त उद्याचा एक दिवस." हर्षिता रूमच्या आत येत म्हणाली

तिला आलेलं पाहून कैवल्य उठून उभा राहिला.

"उद्याचा एक दिवस म्हणजे?"

"उद्या दुपारपर्यंत तुम्ही त्याला परत माझ्या घरी सोडून या. मी उद्या सकाळीच म्हणणार होते, पण त्याला समजावून सांगून तो हो म्हणेपर्यंत दुपार होईलच. रिचा, उद्या दुपारपर्यंत सहन करावं लागेल तुला त्याला. चालेल ना?" हर्षिता ने रिचाकडे पाहून विचारलं

"या! वन डे इज ऑलराईट!" रिचा म्हणाली

"हर्षिता, तू कोणाला काय वाटेल किंवा कोणाला त्रास होईल याचा विचार करू नकोस." कैवल्य म्हणाला

"मी याचा विचार नाहीच करत. मला असं वाटतं, अयानचं इथे राहणं ठीक नाहीये. म्हणूनच मी म्हटलं त्याला परत माझ्या घरी जाऊ दे."

"का ठीक नाहीये त्याचं इथे राहणं?"

"ते मी तुम्हाला आता नाही सांगू शकत. मी तुम्हाला फक्त हेच सांगायला आले होते की, उद्या दुपारी तुम्हाला थोडावेळ काढून त्याला माझ्या घरी सोडावं लागेल." एवढं बोलून हर्षिता तिथून निघून गेली

"उफ! थँक गॉड!" रिचा ने सुस्कारा सोडला

"आता तर खूष असशील तू, रिचा?" कैवल्य ने त्याची गिटार हातात घेत विचारलं

हर्षिता रूमच्या बाहेरच उभी होती.

"येस!" रिचा खूष होऊन म्हणाली

"तुझं मला खरच काही कळत नाही. तुला काय प्रॉब्लेम आहे एवढा? का चिडतेस एवढी हर्षिता वर?"

रिचा हसून म्हणाली,

"यु नो व्हॉट, मला तुझं काही कळत नाहीये, कैवल्य. तू अचानक असा का वागत आहेस हे कळत नाहीये मला."

"म्हणजे?"

"तू अचानक त्या हर्षिताला एवढा इम्पॉर्टन्स द्यायला लागलास. तिचाही बर्थडे आहे समजल्यावर लगेच तिला सरप्राईज दिलंस. केक

ऑर्डर केलास तिच्यासाठी. कशासाठी एवढं?"

"तुला माहितेय कशासाठी ते."

"ती फक्त आपली मदत करतेय म्हणून तिच्यासाठी एवढं सगळं करायची काही आवश्यकता नाही."

"का नाही? आपल्याला शक्य आहे, तर का नाही करायचं?"

"कैवल्य, तुला असं नाही वाटत तू तिला माझ्यापेक्षाही जास्त इम्पॉर्टन्स देतो आहेस? अरे, ती तुझी काही महिन्यांपुरती बायको आहे. नंतर मी असणार आहे तुझ्यासोबत. तुझं फ्युचर मी आहे ती नाही. कळतंय का तुला?" रिचाने ओरडून विचारलं

"हो! माहीत आहे मला. पण मला हे समजत नाही मी तिच्यासाठी थोडं काही केलं याचा अर्थ, मी तिला तुझ्यापेक्षा जास्त इम्पॉर्टन्स देत आहे असा कसा होऊ शकतो?"

"तू तिच्या येण्याआधी माझ्याबरोबर टाईम स्पेन्ड करायचास. तू माझ्यासाठीss सरप्राईज प्लॅन करायचास. तुला आठवतंय, आपण लास्ट टाईम एकत्र बाहेर डिनरसाठी कधी गेलो होतो? तू लास्ट टाईम माझा हात हातात घेऊन मला आय लव्ह यु कधी म्हणाला होतास?" रिचाने विचारलं

हर्षिता ने हलकेच वाकून आत नजर टाकली. कैवल्य यावर काय बोलणार हे तिला ऐकायचं होतं.

कैवल्य काहीच बोलला नाही. तो गिटार बेडवर ठेवून गॅलरीत जाऊन उभा राहिला. रिचा त्याच्या बाजूला जाऊन उभी राहिली. बाहेर छान गार वारा सुटला होता. त्या वाऱ्यावर रिचाचे केस उडत होते. ती ते हलकेच कानामागे सरकवत होती. कैवल्य दोन्ही हात पँटच्या खिशात घालून दूरवर बघत होता. रिचा त्याच्याकडे बघत होती. हर्षिता थोडी पुढे आली.

"काय झालं? नाहीये ना उत्तर?" रिचाने केसाची एक बट कानामागे सरकवत विचारलं

कैवल्य एक दीर्घ श्वास घेऊन रिचाच्या दिशेला वळून उभा राहिला. त्याने तिचे हात आपल्या हातात घेतले.

"सॉरी!" तो तिच्या डोळ्यात पाहत म्हणाला

रिचाने हसून मान हलवली.

"इट्स ओके."

त्याने तिला आपल्या मिठीत घेतलं. त्या दोघांना एकमेकांच्या मिठीत पाहून हर्षिताचे डोळे पाण्याने भरले. ती रडतच आपल्या रूममध्ये गेली.

रूममध्ये येऊन तिने दरवाजा लावून घेतला. अयान झोपला होता त्यामुळे ती एका कोपऱ्यात बसून मुसमुसत होती. तिचं प्रेम होतं कैवल्य वर. तिलाही ते आता समजलं होतं. पण त्याचं तिच्यावर प्रेम नाही ही गोष्ट तिला त्रास देत होती. तो आपला असून देखील आपला नाही ही जाणीव तिला जगू देत नव्हती.

"कसं सांगू मी तुम्हाला, कैवल्य. तुम्ही माझ्यासाठी काय आहात. नाही पाहू शकत मी तुम्हाला दुसऱ्या कोणाबरोबर. प्रेम आहे माझं तुमच्यावर. खूप प्रेम." ती एकटीच बडबडत होती

दुसऱ्यादिवशी हर्षिता ने अयानला कसंबसं समजावलं. तो तिचं काहीच ऐकत नव्हता. पण नंतर ती रोज दिवसातून एकदा त्याला भेटायला येईल या अटीवर तो घरी जायला तयार झाला.

कैवल्य ने त्याला कारमधून घरी सोडलं. रिचाने सुटकेचा श्वास सोडला.

मधले काही आठ - दहा दिवस असेच गेले. हर्षिता रोज जाऊन अयानला भेटत होती. तेव्हाच ती एक फेरी हॉस्पिटलमध्ये देखील मारत होती. पण डॉक्टर लेले सध्या त्यांची कॉन्फरन्स असल्यामुळे सुट्टीवर होते.

ते अजून सहा दिवसांनी येणार आहेत हे तिला दुसऱ्या डॉक्टरांकडून समजलं होतं. म्हणजे तिला अजून सहा दिवस वाट पहावी लागणार होती.

"मॉम, प्लिज! आपण कित्येक दिवसात गर्ल्स डे आऊट नाही केलंय. आज जाऊया ना आपण." तृप्ती म्हणाली

"मग तुझ्या डॅडकडे कोण बघेल?" मॉम म्हणाली

"गिरीश आणि जया आहेत ना. ते बघतील त्यांना काय हवं नको ते."

"तुला तर माहितीच आहे, तुझ्या डॅडना नाही आवडत नोकरांकडून त्यांची कामं करून घ्यायला. त्यांना मीच लागते. समजा मी नसेन तर

तू किंवा कैवल्य."

"मी सांगून पाहते त्यांना. एकवेळ माझं ऐकतील."

"ठीक आहे. पण बघ तू..ते नाहीच म्हणतील."

"कोण कोणाला नाही म्हणेल?" कैवल्य ने जिन्यावरून खाली येत विचारलं

"डॅड!" तृप्ती म्हणाली

"डॅड कोणाला नाही म्हणतील आणि कशासाठी?"

"अरे, मी मॉम ला म्हटलं आपण आज गर्ल्स डे आऊट करूया. पण मॉम म्हणाली डॅडकडे कोण बघेल? त्यांना तीच हवी असते त्यांचं काम करण्यासाठी. नाहीतर तू किंवा मी. ते नोकरांकडून काम नाही करून घेत. म्हणून मी त्यांना विचारणार होते आम्ही गेलो तर चालेल का. म्हणून मॉम म्हणाली की, ते नाहीच म्हणतील." तृप्ती ने सगळं सविस्तर सांगितलं

"अच्छा! एवढंच ना? मग जा तुम्ही गर्ल्स डे आऊटसाठी. मला आज ऑफिसमधे विशेष काम नाहीये. जे काम आहे ते मी घरून सुद्धा करू शकतो. डॅडकडे सुद्धा बघू शकतो."

"अरे वा! मॉम, आता तर तू नाही म्हणू नकोस."

"बरं! ठीक आहे. तू हर्षिताला पण विचार तोपर्यंत मी तयार होऊन येते."

"हो चालेल."

"रिचाला पण विचार." कैवल्य म्हणाला

"रिचा नाहीये घरी. ती गेली आहे तिच्या मैत्रिणीकडे सकाळीच." एवढं बोलून तृप्ती हर्षिताला बोलवायला गेली

"मला तर काही बोलली नाही. अशी न सांगता का गेली?"

कैवल्य ने लगेच तिला फोन लावला. पण तिने काही उचलला नाही. त्याने पुन्हा फोन लावला. यावेळेस फोन स्विच ऑफ होता. शेवटी त्याने नाद सोडला.

23

मॉम, तृप्ती आणि हर्षिता गर्ल्स डे आऊटसाठी गेल्या होत्या. हर्षिताला खरं जायचं नव्हतं; पण तृप्ती ने खूपच आग्रह केला म्हणून ती जायला तयार झाली. कैवल्य डॅडजवळ घरी थांबला होता. तो लॅपटॉप वर त्याचं काम करत डॅडच्या रूममध्येच बसला होता.

"डॅड, मी इथेच आहे. तुम्हाला काही हवं असेल तर तुम्ही मला सांगा." तो म्हणाला

डॅडनी मान हलवली.

"मॉम, हर्षिता आपण पहिले मस्तss शॉपिंग करूया." तृप्ती म्हणाली

"तुला दरवेळेस गर्ल्स डे आऊटमध्ये फक्त शॉपिंगच करायचं असतं." मॉम म्हणाली

"असं काही नाही, मॉम. माझी फ्रेंड आहे ना दीक्षा, तिने मला सांगितलं इथे एक नवीन क्लोथ शॉप आताच सुरू झालंय. तिथे एकदम मस्त न्यू कलेक्शन मिळेल. म्हणून म्हटलं मी." तृप्ती म्हणाली

"बरं चल." मॉम हसून म्हणाली

त्या तिघी दुकानात शिरत होत्या तेवढ्यात हर्षिताचा फोन वाजला. तश्या तिघी थांबल्या. तिने पर्समधून फोन काढून पाहिला. स्क्रिनवर सतीश घोरपडे नाव वाचून तिने तो लगेच सायलेंट केला.

"अं..आई, तृप्ती तुम्ही दोघी जा आत. मी जरा बोलून येते." हर्षिता कसंबसं म्हणाली

"तू घे ना बोलून. आम्ही थांबतो." तृप्ती म्हणाली

"नाहीss नकोss." हर्षिता घाबरून ओरडली

"काय गं? सगळं ठीक आहे ना?" मॉम ने काळजीने विचारलं

"हो! तुम्ही जा. मी येते पाच मिनिटांत."

एवढं बोलून हर्षिता थोडी दूर गेली. आतापर्यंत फोन कट झाला होता.

"हिला काय झालं?" तृप्ती तिच्याकडे पाहत म्हणाली

"असेल काही काम. तू चल आत, येईल ती."

मॉम एकदा मागे वळून पाहत तृप्तीला आत घेऊन गेली. तिला हर्षिताचं वागणं जरा विचित्र वाटलं. पण ती याविषयी तृप्तीला काही म्हणाली नाही.

हर्षिता ने स्वतःला शांत करून फोन लावला. एक दोन रिंगमध्ये फोन उचलला गेला.

"हर्षिता, मी तुझ्या घरी आलोय. तुझा मुलगा माझ्या समोरच आहे. तुला जर त्याला जिवंत बघायचं असेल, तर आत्ताच्या आत्ता पाच लाख रुपये माझ्या अकाउंटमध्ये जमा कर." सतीश त्याच्या भारदस्त आवाजात म्हणाला

"क...काय? प..पाच लाख?" हर्षिताला घाम फुटला

"हो. पाच लाख."

"मी कुठून देऊ एवढे पैसे?"

"हाऽहाऽहाऽ! एवढया श्रीमंत घरातली सून आहेस तू आणि असा प्रश्न विचारतेस? तुझ्या नवऱ्याकडे असतीलच ना पाच लाख. तेच हवे आहेत मला. त्यांची प्रॉपर्टी तर हवीच आहे, पण त्याआधी हे पाच लाख हवे आहेत."

"मी कसे मागू त्यांच्याकडे? त्यांनी विचारलं कशाला हवे आहेत तर मी काय सांगू?"

"ते तू बघ. मला माझे पाच लाख मिळायला हवे."

हर्षिता ने थोडा विचार केला.

"ठीक आहे. मी देईन पैसे, पण मला थोडा अवधी हवा आहे."

"किती?"

"आज रात्रीपर्यंत."

"ठीक आहे. आज रात्री दहा वाजेपर्यंत तू माझ्या अकाउंटमध्ये पैसे जमा केले नाही, तर तुझा मुलगा उद्याचा दिवस बघू शकणार नाही.

लक्षात ठेव!" सतीश ने फोन कट केला

हर्षिता खूप घाबरली होती. तरी ती तशीच स्वतःला नॉर्मल करून दुकानात गेली.

कैवल्य डॅडच्या रूममध्ये बसून लॅपटॉप वर काही मेल्स वैगरे लिहीत होता. तेवढ्यात त्याचा फोन वाजला. त्याने उचलला.

"हॅलो."

"हॅलो, गुड मॉर्निंग सर."

"येस. गुड मॉर्निंग, टीना."

"सर, मला मल्होत्रा इंडस्ट्रीजची फाईल मिळत नाहीये. आय थिंक, तुम्ही ती घरी घेऊन गेला आहात." टीना म्हणाली

"मल्होत्रा इंडस्ट्रीजची फाईल? नो! ती ऑफिसमध्येच आहे. मी घरी नाही आणली."

"मला ती मिळाली नाही, सर. तुम्ही प्लिज एकदा चेक करून बघा."

"ओके. मी बघतो."

तो फोनवर बोलतच उठून त्याच्या रूममध्ये गेला. त्याने सगळीकडे फाईल शोधली. पण त्याला काही मिळत नव्हती.

"टीना, इथे कुठेच नाहीये फाईल. तू ऑफिसमध्येच बघ मिळेल तुला. समजा नाही मिळाली, तर त्याचे डिटेल्स माझ्या कॉम्प्युटरमध्ये आहेत. तू प्रिंट आउट काढून घे. ओके?"

"ओके सर."

कैवल्य फोन कट करून परत डॅडच्या रूममध्ये आला. त्याने समोर पाहिलं तर डॅड तिथे नव्हते.

"डॅड कुठे गेले? ते पण असे एकटे?"

तो तसाच बाहेर आला. त्याने सगळीकडे बघितलं. डॅड कुठेच नव्हते.

"गिरीश, जया!" त्याने नोकरांना आवाज दिला

"येस सर." दोघे एकत्र येऊन म्हणाले

"डॅड कुठे आहेत? तुम्ही त्यांना पाहिलं का?" कैवल्य ने त्या दोघांकडे बघत विचारलं

ते दोघेही एकमेकांकडे आश्चर्यचकित होऊन बघायला लागले.

"ते तर त्यांच्या रूममध्येच आहेत." गिरीश म्हणाला

"नाही. तिथे नाहीत म्हणून तर मी तुम्हाला विचारलं."

"ते तर रोज रूममध्येच असतात. फार क्वचित बाहेर येतात. ते पण कोणाचातरी आधार घेऊन. एकटे तर कधीच कुठे जात नाहीत." जया म्हणाली

"आय नो! मग आता ते..." कैवल्य बोलता बोलता एकदम थांबला

"काय झालं सर?" गिरीश ने विचारलं

"अं..काही नाही. तुम्ही जा. मी बघतो."

एवढं म्हणून तो तिथून निघून गेला. गिरीश आणि जया पण त्यांच्या कामाला निघून गेले.

तृप्ती आणि मॉम शॉपिंग करण्यात व्यस्त होत्या. हर्षिताचं मात्र जराही लक्ष लागत नव्हतं. कधी एकदा घरी जाते असं तिला वाटत होतं. ती सारखी मोबाईलमध्ये वेळ बघत होती. सकाळचे साडे अकरा वाजले होते. अजून अकरा तासात तिला पाच लाख रुपये सतीश घोरपडेच्या अकाऊंटमध्ये जमा करायचे होते.

"हर्षिता, हा ड्रेस बघ. तुला मस्त दिसेल." तृप्ती तिला एक ड्रेस दाखवत म्हणाली

हर्षिता ने त्या ड्रेसकडे बघितलं. तो निळ्या रंगाचा अनारकली ड्रेस होता आणि त्यावर चंदेरी रंगाचे छोटे खडे लावलेले होते.

"मस्त आहे ना?"

"हं..छान आहे." हर्षिता बळ हसत म्हणाली

"घ्यायचा का मग?"

"अं..नको."

"घे ना. तू काहीच घेतलं नाहीस." मॉम म्हणाली

"नाही राहू दे. माझ्याकडे खूप ड्रेस आहेत. कपाटात अजिबात जागा नाहीये. आता अजून घेऊन कुठे ठेवणार." हर्षिता काहीतरी सांगायचं म्हणून म्हणाली

"तृप्ती, जरा शिक हिच्याकडून. तुझ्याही कपाटाची वेगळी अवस्था नाहीये. तरी तुला अजून घ्यायचे असतात कपडे." मॉम म्हणाली

"मॉम, प्लिज! तुला माहितेय ना, मला नवीन ड्रेसेस घालायला आवडतात."

"हम्म! चल आता लवकर घे तुला काय हवंय ते."

तृप्ती ने चार - पाच ड्रेस उचलले. मॉम ने पण दोन साड्या घेतल्या. सगळ्याचं पेमेंट करून तिघी दुकानातून बाहेर आल्या.

"आता काय करायचं आहे?" मॉम ने विचारलं

"आता ना आपण.. पाणीपुरी खाऊया." तृप्ती समोर उभ्या असलेल्या पाणीपुरीवाल्याकडे बघत म्हणाली

"हं..चल."

मॉम आणि तृप्ती रस्ता क्रॉस करून पुढे गेल्या हर्षिता मात्र तिथेच आपल्या विचारात उभी होती. तृप्ती ने तिला आवाज दिला तेव्हा ती भानावर आली. तिने समोर बघितलं. तृप्ती तिला बोलवत होती.

हर्षिता तशीच आजूबाजूला न बघता तिच्या दिशेने जायला लागली. तेवढयात एक कार तिच्या दिशेने येत होती. हर्षिता त्या कारकडे बघून तशीच घाबरून उभी राहिली आणि....

24

हर्षिताचा ॲक्सिडेंट झाला होता. ती बेशुध्द पडली म्हणून मॉम आणि तृप्ती तिला काही लोकांच्या मदतीने हॉस्पिटलमध्ये घेऊन आल्या होत्या. तिला लगेच ॲडमिट करून घेतलं होतं.

ती अजून बेशुद्ध होती त्यामुळे मॉम आणि तृप्ती चिंतेत होत्या.

"तृप्ती, तू कैवल्यला फोन करून सांग, हर्षिताचा ॲक्सिडेंट झाला आहे." मॉम म्हणाली

"मी बऱ्याचवेळा लावला फोन, पण तो उचलत नाहीये."

"तू करत रहा. उचलेल."

"हो."

कैवल्य मनात काही विचार करून स्टोअर रूमच्याजवळ आला. स्टोअर रूमचा दरवाजा अर्धा उघडा होता. त्याने लांबूनच आत नजर टाकली.

आत त्याला डॅड पाठमोरे उभे असलेले दिसले. त्यांना तिथे उभं असलेलं पाहून त्याला धक्का बसला. हर्षिताने त्याला जे सांगितलं होतं ते त्याला आठवलं.

"म्हणजे हर्षिता त्यादिवशी जे सांगत होती, ते खरं होतं. डॅड एकटे कोणाच्या आधाराशिवाय चालू शकतात. पण डॅडनी ही गोष्ट आमच्यापासून का लपवून ठेवली?" तो मनात स्वतःशीच म्हणाला

तो थोडा पुढे आला. त्याने आत पाहिलं, तर डॅड एका पेटीमध्ये काहीतरी शोधत होते. तो शांत उभा राहून ते काय करतात ते पाहत होता.

खूपवेळ शोधल्यावर डॅडनी ती पेटी बंद करून आपल्या खिशातून त्यांचा मोबाईल बाहेर काढला आणि त्यांच्या मित्राला फोन लावला. हे पाहून कैवल्यला जरा आश्चर्य वाटलं.

"हरीश, मी पुरावे जिथे ठेवले होते तिथून ते गायब झाले आहेत. तिला मिळाले सगळे." डॅड जरा कापऱ्या आवाजात म्हणाले

डॅडना बोलताना बघून तर कैवल्यला चांगलाच धक्का बसला. ते काय बोलत आहेत आणि कोणाशी बोलत आहेत हे त्याला जराही कळत नव्हतं. ते बोलत आहेत हे पाहूनच त्याचे डोकं सुन्न झालं होतं. त्याला खूष व्हावे की काय करावे काहीच सुचत नव्हतं.

तेवढ्यात त्याला डॅड बाहेर येण्याची चाहूल लागली. त्याबरोबर तो तिथून थोडा दूर जाऊन उभा राहिला. डॅड हळूच बाहेर येऊन स्टोअर रूमला लॉक करून परत आपल्या रूममध्ये गेले. कैवल्य त्यांना जाताना पाहत होता. ते गेल्यावर तो त्याच्या रूममध्ये आला.

आपल्या रूममध्ये येऊन त्याने दरवाजा बंद करून घेतला. तो डोकं पकडून बेडवर बसला.

"डॅड तर एकटे चालूही शकतात आणि बोलूही शकतात. डॅड बोलू शकतात या गोष्टीचा मला आनंद वाटतोय, पण मनात अनेक प्रश्न निर्माण झाले आहेत. एवढी वर्ष त्यांनी त्यांना बोलता येत नाही असं नाटक का केलं? ते फोनवर ज्या पुराव्याविषयी बोलत होते ते पुरावे म्हणजे ज्या वस्तू हर्षिताला मिळाल्या त्या तर नसतील? काय संबंध आहे त्या वस्तूंचा डॅड आणि हर्षिताशी? मला याबद्दल हर्षिताशी बोलायला हवं."

तो मनात विचार करत होता तेवढ्यात त्याचा फोन वाजला. त्याने स्वतःला नॉर्मल करून फोन उचलला.

"कैवल्य, मी कितीवेळा फोन केला. होतास कुठे तू?" तृप्ती ने जरा वैतागून पण काळजीच्या सुरात विचारलं

"अं...बिझी होतो कामात. तू का फोन करत होतीस? काय झालं?"

"अरे, हर्षिताचा ऍक्सिडेंट झाला आहे. ती बेशुद्ध पडली म्हणून तिला आम्ही हॉस्पिटलमध्ये घेऊन आलोय. तिला ऍडमिट केलंय."

"कायss? असा कसा ॲक्सिडेंट झाला? ती बरी आहे ना? काही सिरीयस तर नाही? कुठल्या हॉस्पिटलमध्ये आहात तुम्ही? मी येतो लगेच."

"रिलॅक्स! जास्त काहीच झालं नाही. ती फक्त घाबरून बेशुद्ध पडली. आम्ही सिटी हॉस्पिटलमध्ये आहोत. मी घरी येते मग तू ये इथे."

"ओके."

कैवल्य ने फोन कट केला. आधीच डॅडना बोलताना पाहून तो अस्वस्थ झाला होता, त्यात हर्षिताचा ॲक्सिडेंट झाला आहे हे ऐकून तो जास्तच बेचैन झाला.

हर्षिता अजून शुद्धीवर आली नव्हती. दुपारचे दोन वाजले होते. मॉम तिच्या रूमच्या बाहेर बसली होती. तेवढयात तिला कैवल्य येताना दिसला. तशी ती उठून उभी राहिली.

"मॉम, हर्षिता शुद्धीवर आली का?" त्याने आल्याबरोबर विचारलं

"अजून नाही."

"डॉक्टर काय म्हणाले?"

"डॉक्टरांनी तिच्या सगळ्या टेस्ट केल्या. सगळे रिपोर्ट नॉर्मल आहेत. ती फक्त घाबरून बेशुद्ध पडली. बाकी तिला काहीच झालं नाही."

"ओके. थँक गॉड! पण तिचा ॲक्सिडेंट झाला कसा? तुम्ही तिघी तर बरोबरच असाल ना?"

"अरे, मी आणि तृप्ती रस्ता क्रॉस करून पुढे गेलो, पण ती आमच्याबरोबर आली नाही. माहीत नाही कसल्यातरी विचारात हरवली होती. तृप्ती ने तिला आवाज दिला तेव्हा आजूबाजूला न बघताच रस्ता क्रॉस करायला लागली. एक कार आली तिच्यासमोर तर घाबरून तशीच उभी राहिली आणि लगेच बेशुद्ध पडली."

"ती तशी बेजबाबदार नाहीये. असा कसला विचार करत होती ज्या विचारात आजूबाजूला न बघता रस्ता क्रॉस करायला गेली?"

"आम्ही कपड्यांच्या दुकानात गेलो तेव्हा तिला कोणाचातरी फोन आला होता. त्या फोनवर बोलायच्या आधीच ती घाबरली होती आणि बोलल्यानंतर ती एकदम शांत आणि थोडी अस्वस्थ झाली."

"ओह! कोणाचा फोन होता काही म्हणाली का ती?" कैवल्य ने अंदाज घेत विचारलं

"नाही."

"ओके."

"मॉमला डॅडचं आता सांगणं ठीक नाही. मला आधी याविषयी हर्षिताशी बोलायला हवं. मगच मी मॉम आणि तृप्तीला सांगीन." तो मनात स्वतःशीच म्हणाला

मॉम आणि कैवल्य बोलत होते तेव्हा एक नर्स हर्षिताच्या रूममधून बाहेर आली. तिला पाहून कैवल्य लगेच तिच्याजवळ आला.

"नर्स, मी हर्षिताला भेटू शकतो का?"

"तुम्ही त्यांचे कोण?" नर्स ने विचारलं

कैवल्य एकदा मॉमकडे पाहून नर्सला म्हणाला,

"हजबंड."

"ओह! तुम्ही भेटू शकता. पण त्या अजून शुद्धीवर आल्या नाहीत."

"इट्स ओके. मला फक्त एकदा तिला बघायचं आहे."

"ओके सर."

कैवल्य रूमचा दरवाजा उघडून आत गेला. तो एकटक तिच्याकडे पाहत होता. ती शांत, डोळे मिटून पडून राहिली होती. तो तिच्या बेडच्या शेजारी असलेल्या स्टुलावर जाऊन बसला. त्याने तिच्या हातावर हात ठेवला.

"हर्षिता, प्लिज लवकर शुद्धीवर ये. मला तुला सॉरी म्हणायचं आहे. मी आतापर्यंत तुझ्यावर विश्वास ठेवला नाही. पण आता मी तुझ्यावर विश्वास ठेवीन. तुला आता मला मदत करायची आहे माझ्या मनात असलेल्या सर्व प्रश्नांची उत्तरं शोधण्यासाठी. करशील ना?"

25

हर्षिता अजून बेशुद्ध होती. कैवल्य तिच्याजवळ बसला होता. त्याने तिच्या हातावर हात ठेवला.

"तुला आता मला मदत करायची आहे माझ्या मनात असलेल्या सर्व प्रश्नांची उत्तरं शोधण्यासाठी. करशील ना?" कैवल्य म्हणाला

त्याचा आवाज ऐकून तिने आपला हात किंचित हलवला. त्याने तिच्या हातावर हात ठेवला होता त्यामुळे त्याला ते लगेच जाणवलं. ती हळूहळू शुद्धीवर येत होती. हे पाहून तो लगेच उठून उभा राहिला.

तिचे डोळे थरथरत होते. ती आपल्या हाताच्या मुठी घट्ट आवळत होती. तिचे शरीर देखील थरथरत होते. तिच्या चेहऱ्यावर असणारे भीतीचे भाव त्याला स्पष्ट दिसत होते. आता तिने आपले डोळे देखील घट्ट मिटून घेतले होते. कपाळावर आठ्या दिसत होत्या.

"हर्षिता, काय होतंय तुला?" तो थोडा घाबरला होता

"अयान, मी तुला काही होऊ देणार नाही. काही होऊ देणार नाही..अयानsss" ती एकदम किंचाळून जागी झाली

तिला दरदरून घाम फुटला होता. तिला दम लागला होता. ती जोरजोरात श्वास घेत होती. तिला या अवस्थेत पाहून तो मात्र चांगलाच गोंधळला होता.

"हर्षिता, आर यु ओके?" त्याने तिच्या खांद्यावर हात ठेवत विचारलं ती दचकली.

"हे, रिलॅक्स. काय झालं?"

तिने गोंधळून आपल्या आजूबाजूला नजर फिरवली.

"मी..मी इथे कशी?" तिने त्याच्याकडे पाहून विचारलं

"तुझा ऍक्सिडेंट होऊन तू बेशुद्ध झालीस म्हणून मॉम आणि तृप्ती तुला हॉस्पिटलमध्ये घेऊन आल्या. तृप्ती ने मला सांगितलं तेव्हा मी आलो."

तिने आपल्या हाताकडे आणि पायाकडे बघितलं. तिने आपल्या डोक्यालाही हात लावून पाहिलं.

"मला तर काहीच झालं नाहीये. मी एकदम ठीक आहे."

"हो. तुझे रिपोर्ट पण नॉर्मल आहेत."

"थँक गॉड!"

मधला थोडावेळ असाच गेला. ती चुळबुळ करत होती. त्याच्याकडे पाच लाख रूपये कसे मागावे हा विचार तिच्या मनात चालू होता. तिला मगाशी काय झालं, ती एवढी घाबरलेली का होती, हे तिला विचारावं का, हा विचार त्याच्या मनात चालू होता. शेवटी न राहवून त्याने विचारलं,

"हर्षिता, काय झालंय?"

"ह..काही नाही."

"तू मगाशी म्हणत होतीस, अयान मी तुला काही होऊ देणार नाही. का म्हणत होतीस असं? अयान ठीक तर आहे ना?"

तिने मान होकारार्थी हलवली.

"मला असं का वाटतंय तू माझ्यापासून काही लपवत आहेस?"

तिने त्याच्याकडे पाहून मान नकारार्थी हलवली.

"अच्छा ओके. तुला मला काही सांगायचं नसेल तर ठीक आहे. मी तुझ्यावर जबरदस्ती करणार नाही. पण एक गोष्ट लक्षात ठेव, अयान फक्त तुझ्यासाठी महत्वाचा नाहीये आता तो माझ्यासाठीही महत्वाचा आहे. फक्त एकदा भेटून सुद्धा त्याच्याशी माझं एक अनोखं नातं तयार झालं आहे. आय जेंन्यूली केअर फॉर हिम."

एवढं म्हणून तो उठून तिथून जायला लागला. तिने लगेच मागून त्याचा हात पकडून त्याला थांबवलं. त्याच्या मनात अयानविषयी असणारी काळजी तिला त्याच्या बोलण्यात जाणवली होती.

तो मागे वळला. तिचे डोळे पाण्याने भरले होते. ती हुंदके देत रडत होती. तिला असं रडताना पाहून त्याच्या हृदयात कालवाकालव झाली.

तो लगेच तिच्याजवळ आला.

"हर्षिता, काय झालं?" त्याने आपुलकीने विचारलं

ती काही न बोलता त्याला जाऊन बिलगली. त्यानेही कोणता संकोच न करता तिला आपल्याजवळ घेतलं. तो हळूवारपणे तिच्या डोक्यावरून हात फिरवत होता. तिला शांत करत होता.

"हर्षिता, शांत हो. मला सांग काय झालंय?" तो म्हणाला

ती त्याच्यापासून थोडी दूर झाली. एक दीर्घ श्वास घेऊन तिने स्वतःला नॉर्मल केलं. तो अजूनही तिच्या डोक्यावरून हात फिरवत होता. तिला कम्फर्टेबल फील व्हावं याचा प्रयत्न करत होता.

त्याने तिला एका ग्लासमध्ये थोडं पाणी प्यायला दिलं. तिने दोन घोट पाणी पिऊन ग्लास परत त्याच्याकडे दिला. त्याने तो बाजूच्या टेबलावर ठेवला.

"फिलींग बेटर?" त्याने तिच्या गालावर हात ठेवून विचारलं

तिने आपली मान हलवली.

"गुड. नाऊ टेल मी. काय झालं?"

"कै..कैवल्य..अयान..."

"हं..अयान काय?"

"अयानचा जीव धोक्यात आहे."

"काय? कसा?" त्याला चांगलाच धक्का बसला होता

"एक जण आहे तो मला धमकावतोय. मी जर आज रात्री दहा वाजेपर्यंत पाच लाख रुपये त्याच्या अकाउंटमध्ये जमा केले नाही, तर तो अयानला..." ती परत रडायला लागली

"हे..हे..रिलॅक्स. आपल्या अयानला काही होणार नाही. मी काही होऊ देणार नाही त्याला. त्याच्यासाठी पाच लाख काय, माझी अक्खी प्रॉपर्टी सुद्धा देईन मी; पण त्याला काही होऊ देणार नाही." तो भावनेच्या भरात बोलून गेला

त्याचं बोलणं ऐकून हर्षिता त्याच्याकडे आश्चर्याने बघायला लागली.

"कैवल्यsss." रिचा रूमच्या दरवाज्यात उभी राहून जोरात ओरडली

कैवल्य आणि हर्षिता ने एकाचवेळेस तिच्याकडे पाहिलं. ती ताडताड चालत आत आली. तिने त्याला त्याच्या दंडाला धरून उभं केलं.

"तू काय बोलत आहेस तुझं तुला कळतंय का?" तिने चिडून म्हटलं तो तिच्याकडे गोंधळून पाहायला लागला.

"या हर्षिताच्या मुलासाठी तू तुझी प्रॉपर्टी देणार? तुझं डोकं ठिकाणावर तर आहे ना?"

"रिचा, मी काय करायला हवं आणि काय नाही हे तू मला सांगू नकोस. राहिली गोष्ट प्रॉपर्टीची तर ती प्रॉपर्टी माझीच आहे. ती कोणाला द्यायची कोणाला नाही याचा निर्णय सुद्धा माझाच असेल. समजलं?"

"तुला खरच वेड लागलंय, कैवल्य. प्रॉपर्टी काही खायची गोष्ट नाहीये. आपल्याकडची दुसऱ्याला दिली तर आपल्यासाठी आपण दुसरी आणली. खूप मेहनतीने मिळवली आहे ही प्रॉपर्टी तुझ्या डॅडनी."

कैवल्य हसला.

"हसतोस काय? मी काही जोक नाही मारलाय. मी जे खरं आहे तेच म्हटलं."

"सॉरी! तुझ्या तोंडून मेहनत शब्द ऐकून हसू आलं. तुला माहीत आहे मेहनत काय असते? कधी केलीच नाहीस तर कसं माहीत असणार? तुला तर लहानपणापासून सगळं आयत मिळालं आहे. तशीच माझी प्रॉपर्टी देखील तुला आयती हवी आहे. म्हणून तर एवढा आटापिटा करत आहेस. माझ्यावर खूप प्रेम आहे असं सगळं नाटक करत आहेस. एम आय राईट?"

रिचाने आपल्या मुठी रागाने घट्ट आवळल्या.

"होss! हवी आहे मला तुझी प्रॉपर्टी. केलं मी नाटक तुझ्या वर प्रेम असण्याचं."

कैवल्य हसला.

"आय न्यू ईट! गेट आउट! गेट आउट फ्रॉम माय होम, माय लाईफ फॉर एव्हर....."

26

"गेट आउट फ्रॉम माय होम, माय लाईफ फॉर एव्हर..." कैवल्य रिचाला चिडून म्हणाला

"व्हॉट?" रिचाला धक्का बसला

"येस! लिव्हऽ.."

"कैवल्य, तुम्ही का तिला असं जायला सांगताय? काय केलंय तिने?" हर्षिता ने विचारलं

"करेक्ट! काय केलं मी कैवल्य?" रिचा म्हणाली

कैवल्य ने त्याच्या मोबाईलमधला एक फोटो रिचासमोर धरला. तो फोटो पाहून रिचा घाबरली.

"हा..हा फोटो तुला कसा मिळाला?" तिने जरा चाचरत विचारलं

"कोणता फोटो?" हर्षिता म्हणाली

कैवल्य ने तो फोटो हर्षिताला पण दाखवला. त्या फोटोत रिचा एका दुसऱ्या मुलाच्या मिठीत होती. हर्षिताला तो फोटो पाहून आश्चर्य वाटलं.

"कैवल्य, टेल मी. कोणी पाठवला हा फोटो तुला?"

"योगेश ने. तू या मुलाबरोबर ज्या कॅफेमध्ये होतीस तिथे तो पण आला होता त्याच्या बिझनेस मिटींगसाठी. त्याने फक्त तुला पाहिलं नाही तुमचं बोलणंही ऐकलं." कैवल्य ने दुसरा बॉम्ब टाकला

"ओह! म्हणजे तुला सगळं समजलं."

कैवल्य ने मान हलवली.

"हं! मग तू काय करायचं ठरवलं आहेस?"

"ते मी तुला ऑलरेडी सांगितलं आहे."

"तू जे सांगितलं आहेस ते तर माझ्याच्याने होणार नाही. मी अशी सहजासहजी तुझ्या लाईफ मधून जाणार नाही. सो, तेवढं सोडून बोल."

"रिचा, मी तुला आता खूप शांतपणे सांगतोय निघून जा माझ्या आयुष्यातून. तू जर गेली नाहीस तर मला नाईलाजास्तव पोलिसांची मदत घ्यावी लागेल. मग ते तुला जी काही शिक्षा देतील त्याला तूच जबाबदार असशील एवढं लक्षात ठेव."

"व्हॉट? पोलिस?" रिचा घाबरली

"येस. हा फोटो ॲझ प्रूफ आहे माझ्याकडे. तुझ्या विरोधात एक कम्प्लेट केली तर पोलिस तुला जेलची हवा खायला नक्की पाठवतील. सो, तू डिसाईड कर तुला तुझ्या घरच्या एसीची हवा खायची आहे की जेलची. चॉईस इज युअर."

रिचाने थोडं थांबून विचार केला.

"ओके फाईन! आय एम गोइंग."

"गुड."

रिचा एकदा हर्षिता आणि कैवल्य वर एक कटाक्ष टाकून जायला मागे वळली.

"कैवल्य अँड हर्षिता, आय विल नॉट लिव्ह यु बोथ सो अर्ली. जस्ट वेट अँड वॉच." रिचा जाता जाता छद्मीपणे हसून मनात म्हणाली

रिचा गेल्यावर कैवल्य परत हर्षिताच्या शेजारी जाऊन बसला.

"कैवल्य, रिचाने नेमकं काय केलं?"

"तू जो फोटो पाहिलास त्या मुलाबरोबर तिचं अफेअर चालू आहे. ती मला फसवून माझी प्रॉपर्टी स्वतःच्या नावावर करून या मुलाबरोबर पळून जाणार होती."

हे ऐकून हर्षिताला धक्का बसला. हर्षिता सुद्धा हेच करण्यासाठी इथे आली होती. फक्त ती त्याची प्रॉपर्टी सतीश घोरपडेच्या नावावर करणार होती. आपल्या मुलाचा जीव वाचवण्यासाठी ती हे सगळं करणार होती.

तिला विचारात हरवलेलं पाहून तो म्हणाला,

"हर्षिता, डोन्ट वरी. तू या सगळ्याचा विचार करू नकोस. आता आपल्याला फक्त अयानचा जीव वाचवायचा आहे. तू मला ज्याच्या अकाउंटमध्ये पाच लाख जमा करायचे आहेत त्याचे डिटेल्स दे. मी आता

लगेच पैसे ट्रान्स्फर करतो."

"तुम्ही..खरच देणार?" हर्षिताचा अजूनही विश्वास बसत नव्हता

"हो मग. मी म्हटलं ना, माझ्यासाठी अयानचा जीव पाच लाखांपेक्षा कैक पटीने महत्वाचा आहे. त्याला मी काहीच होऊ देणार नाही."

"थँक यु!" तिच्या डोळ्यात पाणी आलं

त्याने तिच्या डोळ्यातलं पाणी पुसलं.

"प्लिज डोन्ट क्राय. स्माईल!"

हर्षिता किंचित हसली.

"गुड. दे डिटेल्स अँड येस, त्याचा मोबाईल नंबर पण दे."

"मोबाईल नंबर का?"

"अं..पैसे ट्रान्स्फरसाठी लागेल." तो खोटं बोलला

"पण पैसे तर बँकेत ट्रान्स्फर करणार ना? मग मोबाईल नंबर?" तिला शंका आली

"अगं, हल्ली बँक अकाउंट मोबाईल नंबरशी कनेक्ट असतं ना. मोबाईल नंबर टाकून पण पैसे ट्रान्स्फर होतात."

"अच्छा. देते."

हर्षिता ने सगळे डिटेल्स कैवल्यला दिले. कैवल्य ने ते सगळे डिटेल्स चेक केले. पण पैसे ट्रान्स्फर केले नाहीत. त्याने फक्त दोन तीन वेळा मोबाईल वर स्क्रोल केलं.

"हं..झाले ट्रान्स्फर पैसे." त्याने खोटं सांगितलं

"झाले पण?"

"हो."

"थँक यु कैवल्य." तिच्या चेहऱ्यावर हसू आलं

कैवल्य हसला.

"सॉरी हर्षिता. मी तुला खोटं सांगितलं. मला पैसे द्यायला काहीच प्रॉब्लेम नव्हता, पण तुला त्रास देणाऱ्या त्या हरामखोराला पैसे नाही तर शिक्षा मिळायला हवी. मी हा नंबर पोलिसांना देइन. ते नंबर ट्रेस करून त्या हरामखोराला पकडून योग्य ती शिक्षा देतील."

डॉक्टरांनी चेकअप करून हर्षिताला घरी जायची परमिशन दिली. कैवल्य ने त्याला काही काम आहे असं सांगून मॉमला हर्षिताला घरी

घेऊन जायला सांगितलं. तो तिथूनच पोलिस स्टेशनमध्ये गेला.

"इन्स्पेक्टर, माझ्या मिसेस ला या नंबरवरून फोन आला होता. त्या व्यक्तीने पाच लाख रूपये मागितले आहेत. त्याने धमकी दिली आहे की, पाच लाख दिले नाहीत तर तिच्या मुलाला म्हणजे अयानला जीवे मारीन." कैवल्य ने नंबर दाखवला

पोलिसांनी तो नंबर त्यांच्या बुकमध्ये लिहून घेतला.

"तुम्ही काळजी करू नका. आम्ही हा नंबर लवकरच ट्रेस करून त्या माणसाला आमच्या ताब्यात घेऊ." इन्स्पेक्टर म्हणाले

"प्लिज, आज रात्री दहा वाजायच्या आधी तुम्ही त्याला शोधून काढा. मी त्याच्या अकाउंटमध्ये पाच लाख जमा केलेले नाहीत. समजा त्याने रागाच्या भरात अयानला काही केलं तर.."

"असं काही होणार नाही. असे लोक फक्त आपल्याला घाबरवण्यासाठी असं सांगतात. आपण आपल्या जवळच्या व्यक्तीला काही होऊ नये म्हणून घाबरून पैसे देणार याची त्यांना पूर्ण खात्री असते."

"ते काहीही असो. तुम्ही लवकरात लवकर त्या व्यक्तीला पकडून योग्य ती शिक्षा द्या."

"हो. मी तुम्हाला सगळी इन्फॉर्मेशन देत राहीन. डोन्ट वरी."

"थॅंक्स!"

रात्री चे आठ वाजले होते. अजूनही पोलिसांचा काहीच मेसेज किंवा फोन आला नव्हता. कैवल्य खूप टेन्शनमध्ये होता. हर्षिता मात्र एकदम टेन्शन फ्री होती. तिने तिच्या आईला कैवल्य ने पैसे ट्रान्स्फर केल्याचं कळवलं होतं. त्यामुळे तिच्या आईची पण चिंता मिटली होती.

कैवल्यला अस्वस्थ पाहून हर्षिता त्याच्याजवळ आली.

"कैवल्य, काय झालं?"

"ह.. नथिंग!" तो खोटं हसून म्हणाला

"तुम्ही आज माझ्या अयानसाठी जे काही केलंत त्यासाठी खूप खूप धन्यवाद."

हे ऐकून तो जास्तच अस्वस्थ झाला. तरी त्याने तसं तिला दाखवून दिलं नाही. तो नुसताच हसला. त्याच्या मनात अनेक विचार चालू होते.

त्याला तिच्याशी डॅडविषयी बोलायचं होतं. पण आधी अयानचा जीव वाचवणं जास्त महत्वाचं होतं. तो विचार करत होता तेवढ्यात त्याच्या फोनमध्ये मेसेज ची ट्यून वाजली. त्याबरोबर त्याने मेसेज ओपन करून वाचला. पोलिसांकडून मेसेज आला होता. त्याने तो वाचला.

"आम्ही तुम्ही दिलेला नंबर ट्रेस करायचा प्रयत्न केला, पण फोन बंद आहे. फोन बंद असल्यामुळे तो ट्रेस होत नाही. तरी आमची टीम अजून प्रयत्न करत आहे. फोन चालू झाला तर आम्ही त्याला नक्की ताब्यात घेऊ."

मेसेज वाचून त्याला अजूनच टेन्शन आलं. त्याने शांतपणे बसून विचार केला. शेवटी त्याने पाच लाख सतीश घोरपडेच्या अकाउंटमध्ये जमा केले. त्याने पोलिसांना तसा मेसेज केला.

"मी अजून वाट पाहू शकत नाही. मी त्या व्यक्तीच्या अकाउंटमधे पैसे जमा केले आहेत. तुम्ही तुमचा शोध चालू ठेवा. नंबर ट्रेस झाला तर त्याला नक्की त्याब्यात घ्या."

"ओके सर. त्याला ताब्यात घेतल्यावर त्याच्याकडून तुमचे पाच लाख आम्ही तुम्हाला परत करू." समोरून उत्तर आलं

त्याला त्याचे पाच लाख गेल्याचं बिलकुल दुःख नव्हतं. त्याच्यामुळे जर त्या लहान मुलाचा जीव गेला असता तर या गोष्टीचं त्याला जास्त दुःख झालं असतं. आता त्याची एक चिंता मिटली होती, पण दुसऱ्या चिंतेचे निवारण हर्षिताशी बोलूनच होणार हे त्याला माहीत होते.

27

दुसऱ्यादिवशी सकाळी हर्षिता तयार होऊन अयानला भेटायला जाते सांगून घरातून बाहेर पडली. कैवल्य ऑफिसमध्ये गेला होता.

हर्षिता डॉ. लेलेंना भेटायला हॉस्पिटलमध्ये आली होती. डॉ. लेले अजून आले नव्हते. ती त्यांची वाट पाहत बसली होती. तेवढयात तिचा फोन वाजला. तिने पर्समधून मोबाईल काढून पाहिला. कैवल्यचा फोन होता. तिने उचलला.

"हॅलो."

"हॅलो हर्षिता, तू कुठे आहेस?"

"अं..मी..अयानला भेटायला आले होते." ती खोटं बोलली

"अच्छा! तो बरा आहे ना?" त्याला त्याची काळजी वाटत होती

"हो बरा आहे." तिचं सकाळी त्याच्याशी बोलणं झालं होतं

"ओके. तू परत घरी जाताना ऑफिसमध्ये येऊ शकशील का? मला जरा तुझ्याशी महत्त्वाचं बोलायचं आहे."

"हो. येईन मी."

"ओके. भेटू मग. बाय!"

"हं."

तिने फोन कट केला.

"यांना माझ्याशी काय महत्वाचं बोलायचं असेल? अयानविषयी तर काही नसेल?" ती मनात स्वतःशीच म्हणाली

जवळजवळ दोन तास वाट पाहून डॉ. लेले हॉस्पिटलमध्ये येऊन ही हर्षिताला भेटले नाहीत. शेवटी हर्षिता कैवल्यच्या ऑफिसमध्ये जायला

निघाली. तिने मॉमला फोन करून तसं कळवलं.

हर्षिता ऑफिसमध्ये आली तेव्हा कैवल्य एका मिटींगमध्ये बिझी होता. ती त्याच्या केबिनमध्ये जाऊन त्याची वाट पाहत बसली होती.

तिच्या, ती पहिल्यांदा जेव्हा केबिनमध्ये आली होती तेव्हाच्या सगळ्या आठवणी जाग्या झाल्या. तेव्हा ती कैवल्यला नीट ओळखत नव्हती, पण आता तर तिचं त्याच्यावर प्रेम होतं.

ती विचारात हरवलेली असतानाच केबिनचे दार उघडून तो आत आला. दाराचा आवाज ऐकून ती भानावर आली. त्याच्या नेहमीच्या सवयीप्रमाणे त्याने त्याचे ब्लेझर काढून खुर्चीवर टाकले आणि शर्टाच्या बाह्या कोपरापर्यंत दुमडून तो खुर्चीत बसला. हर्षिता त्याच्याकडे एकटक पाहत होती.

"आय एम सॉरी, हर्षिता." तो म्हणाला

"अं?" ती गोंधळली

"आय एम सॉरी."

"कशासाठी?"

"मी तुझ्या बोलण्यावर विश्वास ठेवला नाही त्यासाठी."

"कधी?"

"तू डॅडना बघितलं होतं स्टोअर रूममध्ये या गोष्टीवर मी विश्वास ठेवला नाही उलटं तुला वेड्यात काढलं. त्यासाठी सॉरी."

"या गोष्टीला तर खूप दिवस झाले. मग आता असं अचानक तुम्ही मला सॉरी का म्हणताय?"

"काल जेव्हा तू, मॉम आणि तृप्ती गर्ल्स डे आउटसाठी गेला होतात तेव्हा मी थोड्यावेळ फोनवर बोलण्यासाठी माझ्या रूममध्ये आलो होतो. फोनवर बोलून जेव्हा मी परत डॅड च्या रूममध्ये आलो, तेव्हा डॅड तिथे नव्हते. मी त्यांना सगळीकडे शोधलं तेव्हा मला डॅड स्टोअर रूममध्ये उभे असलेले दिसले."

"ओह!"

"त्यांना स्टोअर रूममध्ये पाहून तर मला चांगलाच धक्का बसला. तू मला जे सांगितलं होतं ते मला आठवलं. मी तिथेच उभं राहून ते काय करतात ते पाहत होतो तेव्हा असं काही घडलं ज्याचा मी जराही विचार

केला नव्हता."

"असं काय घडलं?"

"डॅड बोलले, हर्षिता. डॅड बोलले."

"क..काय?" तिला धक्का बसून तिचे डोळे मोठे झाले अंग थरथरायला लागलं

"सेम! मलाही असाच धक्का बसला. माझा माझ्या कानावर विश्वास बसत नव्हता डॅड..डॅड बोलले. आठ वर्षांनंतर डॅड बोलले." त्याचा आनंद त्याच्या बोलण्यात आणि चेहऱ्यावर स्पष्ट दिसत होता

ती मात्र एकदम शांत झाली होती. तिने त्याच्याबरोबर जे काँट्रॅक्ट केलं होतं त्यात स्पष्ट लिहिलं होतं, डॅड बोलायला लागले की त्यांचं काँट्रॅक्ट संपणार. तिला त्याला डिव्होर्स द्यावा लागणार. त्याच्यापासून कायमचं दूर व्हावं लागणार. तिच्या डोक्यात हे सगळे विचार यायला लागले.

तिच्या मनात असणारे भाव तिच्या डोळ्यातून अश्रूंच्या रुपात बाहेर यायला लागले. तिला एक जोरात हुंदका आला. त्या हुंदक्याने त्याचं तिच्याकडे लक्ष गेलं. तिच्या डोळ्यात पाणी पाहून तो अस्वस्थ झाला.

तो लगेच उठून तिच्याजवळ खाली गुडघ्यावर बसला. त्याने तिचा चेहरा आपल्या हाताच्या ओंजळीत पकडला. ती मुसमुसत होती. त्याने अंगठ्याने तिच्या डोळ्यातलं पाणी पुसलं.

"काय झालं?"

तिने मुसमुसतच मान हलवली.

"काही झालं नाही, मग तरी अशी का रडतेस?"

तिने न राहवून खाली गुडघ्यावर बसून त्याला घट्ट मिठी मारली. त्याने तिच्या पाठीवर आपले दोन्ही हात ठेवून ती मिठी अजून घट्ट केली. बऱ्याचवेळानंतर ती त्याच्यापासून दूर झाली. त्याने तिला तिच्या खांद्याला धरून उठून उभं केलं. प्यायला पाणी दिलं. तिने दोन घोट पाणी पिऊन ग्लास बाजूला ठेवला.

तो तिच्यासमोर हाताची घडी घालून उभा होता. त्याने त्याची नजर तिच्यावर रोखली होती. तिने भुवया उंचावत काय असं विचारलं. त्याने बोटाने तिच्याकडे इशारा करून हात हलवत तिला काय झालं विचारलं.

"तुम्ही म्हणालात, बाबा बोलले म्हणून."

"येस."

"म्हणजे आता..आपलं कॉंट्रॅ.." ती बोलता बोलता थांबली

आता त्याच्या लक्षात आलं.

"ओह! आपलं कॉंट्रॅक्ट संपणार म्हणून तू रडत होतीस?"

"हो. नाही..हो म्हणजे.." ती अडखळली

"हो की नाही?"

ती गोंधळली. तो हसला.

"ओके ओके. अजून संपलं नाही आपलं कॉंट्रॅक्ट."

हे ऐकून तिच्या चेहऱ्यावर हलकं हसू आलं.

"आता तुला माझी मदत करायची आहे. माझ्या मनात काही प्रश्न आहेत, कदाचित ते तुझ्याही मनात आहेत. त्या सगळ्या प्रश्नांची उत्तरं आपल्याला एकत्र येऊन शोधायची आहेत."

"कसे प्रश्न?"

"मी डॅडना बोलताना ऐकलं. ते कोणाशी बोलत होते ते तर माहीत नाही, पण ते कोणत्यातरी पुराव्यांविषयी बोलत होते. मला असं वाटत, तुला ज्या वस्तू मिळाल्या त्या वस्तूच पुरावे आहेत. कारण ते म्हणत होते, त्यांनी ठेवलेले पुरावे गायब आहेत. तिला मिळाले. तिला म्हणजे..."

"मला?"

"हं."

"कैवल्य, मला त्या वस्तूंमध्ये जे बिल मिळालं त्यावरून मी हॉस्पिटलमध्ये माझ्या बाबांचे जे डॉक्टर होते, डॉ. लेले त्यांना फोन केला होता. त्यांना मी या वस्तूंविषयी काही माहीत आहे का विचारलं होतं. तेव्हा त्यांच्या आवाजावरून मला ते थोडे घाबरलेले वाटले. ते भले म्हणाले, त्यांना काही माहीत नाही; पण मला असं वाटत त्यांना नक्कीच याबद्दल काही माहीत आहे."

"ओह! मग त्यांना भेटायला हवं."

"हो. मी मागचे काही दिवस त्यांना भेटायचा प्रयत्न करतेय. पण ते मला भेटतच नाहीत. आज पण सकाळी तुमचा फोन आला तेव्हा मी

हॉस्पिटलमध्येच होते. मी दोन तास वाट पाहिली. ते हॉस्पिटलमध्ये येऊन सुद्धा मला भेटले नाहीत. ते मुद्दाम मला भेटायचं टाळत आहेत असं वाटतंय आता."

"याचा अर्थ त्यांना नक्कीच काही माहीत आहे. पण ते तुला समजू नये असं त्यांना वाटतंय."

"हो."

ते दोघेही परत आपापल्या जागेवर बसले. पाच - दहा मिनिटं केबिनमध्ये शांतता होती. दोघेही विचारात हरवले होते. बऱ्याचवेळ विचार करून झाल्यावर तिला एक कल्पना सुचली.

28

"कैवल्य, मला एक कल्पना सुचली आहे." ती म्हणाली

"अरे वा! मग सांग ना."

"डॉ. लेले मला ओळखतात, पण ते तुम्हाला ओळखत नाहीत."

"ह..मग?"

"समजा तुम्ही काही कारण सांगून त्यांना भेटायला गेलात तर ते तुम्हाला नक्की भेटतील. ते तुमच्यासमोर असतील तेव्हा मी तिथे येईन. ते एकदा समोर आले की तिथून उठून जाऊ शकणार नाहीत."

"परफेक्ट! मग आपण असच करूया."

"उद्या सकाळी जाऊ."

"येस डन!"

मधला थोडावेळ असाच गेला. दोघेही काही न बोलता मधेमधे एकमेकांकडे पाहून हलकं स्मित करत होते. शेवटी ती उठून उभी राहिली.

"मी येते." ती एवढंच म्हणाली

"ओके."

ती जायला मागे वळली.

"हर्षिता, वेट!" तो म्हणाला

ती परत त्याच्या दिशेला वळली.

"तुला एक गोष्ट विचारायची राहिली." तो उठून उभा राहत म्हणाला

"कोणती?"

"आपलं कॉंट्रॅक्ट संपणार म्हणून तुला एवढं वाईट का वाटलं?"

त्याचा प्रश्न ऐकून ती स्तब्ध झाली. तिच्याकडे त्याच्या प्रश्नाचं उत्तर असूनही ती काहीच बोलू शकली नाही. तिची हिम्मत होत नव्हती.

"तुला तर आनंद वाटायला हवा होता या गोष्टीचा की, आता तुला तुझ्या अयानबरोबर आणि आई बरोबर राहता येईल. पण उलट तू तर दुःखी झालीस."

ती फक्त त्याच्याकडे पाहून खोटं हसून मान हलवत होती.

"असं तर नाही, आता तुला आमचं घर सोडून जावं असं वाटत नाहीये. ह?"

"एवढी चांगली आणि प्रेमळ माणसं ज्या घरात असतील, ते घर सोडून जायला कोणाला आवडेल?" ती भावनेच्या भरात म्हणाली

"अच्छा? कोण आहेत ही माणसं?" त्याने मिश्कीलपणे विचारलं

आता ती गोंधळली. पण तरी तिने स्वतःला सावरलं.

"आई, तृप्ती, बाबा.." ती हलकेच म्हणाली

"बास? अजून कोणी नाही?

ती हलकं हसली आणि म्हणाली,

"आणि तुम्ही."

तो हसला. ती लाजली.

"हर्षिता, आपली पहिली भेट तशी ठीक होती. तेव्हा माझी तुझ्याकडून फक्त एकच अपेक्षा होती की, तुझ्यामुळे माझे डॅड बरे होऊन परत बोलायला हवे. माझ्या मनात तुझ्याविषयी जराही राग नव्हता. पण तुझ्यामुळे माझ्या हातातून मला हवा असणारा, माझ्यासाठी मोस्ट इम्पॉरटंट असणारा प्रोजेक्ट निघून गेला त्याक्षणी माझ्या मनात तुझ्याविषयी खूप राग निर्माण झाला. तुला माहीत आहे, तेव्हा मी तुझ्याशी नीट बोलत नव्हतो, वागत नव्हतो. त्याच दरम्यान आपलं लग्न झालं. तू लग्नानंतर माझ्या घरच्यांची, स्पेशली डॅडची ज्याप्रकारे काळजी घेत होतीस, ते पाहून हळूहळू माझ्या मनातला राग कमी होत गेला. तू तर रिचाशी, जिने तुला त्रास दिला, तिच्याशी देखील आपुलकीने वागत होतीस."

ती त्याच्याकडे एकटक बघत त्याचं बोलणं शांतपणे ऐकत होती. त्याच्या प्रत्येक वाक्याबरोबर तिच्या चेहऱ्यावरचे भाव बदलत होते.

"हर्षिता, माझ्या मनात तुझ्याविषयी एक सॉफ्ट कॉर्नर तयार झाला आहे. आपलं नवरा बायकोचं नातं एका कॉंट्रॅक्ट वर आधारलेलं आहे. ते कॉंट्रॅक्ट संपलं की संपणार. पण मला असं वाटत आपल्यात या नात्याच्या व्यतिरिक्त अजून एक नातं असावं."

त्याच्या मनात आपल्याविषयी सॉफ्ट कॉर्नर तयार झाला आहे आणि त्याला आपल्याशी एक वेगळं नातं जोडायचं आहे हे ऐकून, तिचे गाल एकदम लाल झाले. ओठावर हलकं हसू आलं. तो आता यापुढे काय म्हणणार याकडे तिचं लक्ष होतं.

"ते नातं म्हणजे...मैत्रीचं नातं. सर्वात निर्मळ नातं म्हणजे मैत्री. ज्यात कोणताही स्वार्थ नसतो. असतो फक्त निखळ आनंद. तोच आनंद मला अनुभवायचा आहे. हर्षिता, तुला माझ्याबरोबर असा आनंद अनुभवायला आवडेल? माझ्याशी मैत्री करायला आवडेल?"

तिला, तो असं काही म्हणेल याची जराही कल्पना नव्हती. तिने त्याच्या बोलण्याचा वेगळाच अर्थ काढला होता. त्यामुळे तिची निराशा झाली. पण प्रेमाची पहिली पायरी मैत्री असते हा विचार करून तिने त्याच्या मैत्रीचे प्रपोजल ऍकसेप्ट केलं.

"नक्कीच आवडेल." ती हसून म्हणाली

तो खूष झाला.

"ओके. सो, आजपासून आपण एकमेकांचे फ्रेंड्स." त्याने हसून त्याचा हात तिच्यापुढे धरला

"येस. फ्रेंड्स." तिने हसून तिचा हात त्याच्या हातात दिला

"हम्म! आता आपण फ्रेंड्स आहोत सो, फ्रेंडशिप चे काही रुल्स असतात. ते आपल्याला फॉलो करावे लागतील." तो म्हणाला

"इथे पण रुल्स?" ती गंभीर होऊन म्हणाली

"इथे पण म्हणजे?"

"आपलं लग्न झालं तेव्हा पण तुम्ही काही रुल्स सांगितले होते म्हणून म्हटलं."

तो हसला.

"हम्म! पण फ्रेंडशिप चे रुल्स वेगळे आहेत."

"काय आहेत?"

"रुल नं वन, फ्रेंड्स एकमेकांना कधी सॉरी आणि थँक यु म्हणत नाहीत. सो, आजपासून पुढे तू मला किंवा मी तुला सॉरी आणि थँक यु म्हणणार नाही."

"ओके." ती हसली

"रुल नं टु, फ्रेंड्स एकमेकांना अहो वैगरे म्हणत नाहीत. नावाने हाक मारून, अरे, तू रे करतात. सो, आजपासून तू मला अहो न म्हणता अरे म्हण."

"पण.."

"पण बिण काही नाही. रुल इज रुल."

"ओके ओके."

"गुड."

"अजून काही रुल्स आहेत, की संपले?" तिने मस्करीत विचारलं

"संपले. आपल्या दोघांसाठी फक्त हे दोन रुल्स पुरेसे आहेत."

ती हसली.

रात्री मॉम टीव्हीवर तिची सिरीयल बघत बसली होती. तृप्ती तिच्या बाजूला बसून कानात इअरफोन घालून तिचा मोबाईल बघत होती. त्यांचे नोकर(गिरीश आणि जया) घरातली काही साफसफाई वैगरे करत होते. तेवढ्यात डोअर बेल वाजली. जया ने दरवाजा उघडला. कैवल्य आला होता.

"हॅलो मॉम." त्याने मॉमच्या गालावर ओठ टेकवले

"हॅलो! आज लवकर आलास?" मॉम ने विचारलं

"येस. जास्त काम नव्हतं त्यामुळे लवकर आलो." तो दुसऱ्या सोफ्यावर बसत म्हणाला

त्याने आजूबाजूला नजर फिरवली. त्याला हर्षिता कुठे दिसत नव्हती.

"मॉम, हर्षिता कुठे आहे?"

"ती किचनमध्ये आहे." मॉम म्हणाली

"किचन? ओके."

तो उठून लगेच किचनमधे गेला. हे पाहून मॉमला आश्चर्य वाटलं.

"तृप्ती." मॉम तृप्तीच्या थोडी जवळ सरकली

तृप्तीच्या कानात इअरफोन असल्यामुळे तिला काही ऐकू येत नव्हतं. ती फोनमध्ये एवढी व्यस्त होती की कैवल्य आलेला सुध्दा तिला समजलं नव्हतं. मॉम ने चिडून तिच्या कानातले इअरफोन खेचले.

"मॉम, काय करतेस? का खेचले इअरफोन? मी माझी फेवरेट वेब सिरीज पाहत होते. किती इंटरेस्टिंग सिन चालू होता माहीत आहे!" तृप्ती ने चिडून म्हटलं

"तुझ्या वेब सिरीज मधल्या इंटरेस्टिंग सिनपेक्षा, इथला सिन जास्त इंटरेस्टिंग आहे." मॉम म्हणाली

"कोणता सिन? या तुझ्या टिव्ही सिरीयल मधला?" तृप्ती वैतागून म्हणाली

"नाही. आपल्या घरातला."

"व्हॉट?"

"कैवल्य आला, त्याने मला हर्षिता कुठे आहे म्हणून विचारलं. मी त्याला ती किचनमधे आहे म्हटल्याबरोबर तो उठून सरळ किचनमधे गेला." मॉम उत्साहाने सांगत होती

"मग?" तृप्तीला यात काही इंटरेस्ट वाटला नाही

"कैवल्य हर्षिताच्या मागे गेला. त्याने तिच्याविषयी पहिल्यांदा काही विचारलं. याचा अर्थ.."

"मॉम, त्याचं काही काम पण असू शकतं तिच्याकडे. तू उगीच काहीतरी विचार करू नकोस. तू काहीतरी वेगळा विचार करशील आणि काहीतरी भलतचं होईल. मग त्याचा तुलाच त्रास होईल. तुला जसं वाटतंय तसं काही असेल तर ते दोघं आपणहून सांगतील."

"ह..तू म्हणतेस ते पण बरोबर आहे."

कैवल्य किचनमधे आला. हर्षिता पराठे बनवण्यात व्यस्त होती. कैवल्य मागे भिंतीला टेकून उभा राहून तिच्या पाठमोऱ्या आकृतीकडे बघत होता. पराठे लाटताना तिच्या केसाची पुढे येणारी एक बट ती सारखी मागे सरकवत होती. मधेमधे तव्यावर असलेला पराठा ती आलटून पालटून शेकत होती. तो पूर्ण शेकून झाल्यावर तो बाजूच्या डब्यात काढून पोळपाटावर असलेला पराठा तव्यावर सराईतपणे टाकत होती. तो तिच्या सगळ्या हालचाली बघत होता.

तिचे सगळे पराठे बनवून झाले होते. ती बेसिनमधे हात धुण्यासाठी मागे वळली, तेव्हा तिने कैवल्यला तिथे उभा असलेलं पाहिलं.

"अरे, तू केव्हा आलास?" तिने विचारलं

तिच्या तोंडून "तू" ऐकून त्याला खूप छान वाटलं.

"झाली दहा मिनिटं."

"ओह!"

"सो फ्रेंड, आज डिनरमधे पराठे आहेत?"

"येस फ्रेंड." ती हसून म्हणाली

ते बोलत होते तेव्हा तिचा फोन वाजला. तिने हात धुवून मोबाईल हातात घेतला. स्क्रीनवर आलेलं नाव पाहून कैवल्य समोर असल्यामुळे तिने लगेच फोन कट केला.

29

हर्षिताला सतीश घोरपडेचा फोन आला होता. पण कैवल्य समोर असल्यामुळे तिने तो कट केला. नंतर काही ना काही कामात व्यस्त झाल्यामुळे तिला त्याला फोन करायला वेळ मिळाला नाही. नंतर त्याचाही फोन आला नाही.

कैवल्य मोबाईल बघत रूममध्ये आला. हर्षिता बेडवरची चादर काढत होती. त्याचं समोर लक्ष नसल्यामुळे तो तिला जाऊन धडकला. त्याच्या हातातून मोबाईल खाली पडला आणि तिच्या हातातून चादर हवेत उडून त्या दोघांच्या डोक्यावर पडली. ते दोघे चादरीच्या आत एकमेकांच्या अगदी जवळ उभे होते.

दोघे एकमेकांच्या डोळ्यात पाहत होते. तो तिच्या एवढ्या जवळ असल्यामुळे तिच्या छातीत धडधड व्हायला लागली. पोटात फुलपाखरं उडत होती. तो देखील पूर्णपणे तिच्या डोळ्यात हरवला होता. त्याने त्याचे हात तिच्या चेहऱ्याजवळ आणले. तिने डोळे मिटले. तो त्याचे हात तिच्या गालांवर ठेवणार होता तेवढ्यात मेसेजची ट्यून वाजली.

त्याबरोबर ते दोघे भानावर आले. त्याने आपले हात पटकन मागे घेऊन चादर बाजूला केली. खाली वाकून त्याने मोबाईल हातात घेतला. तिने लगेच दुसरी चादर बेडवर घालायला घेतली. दोघांनी एकमेकांकडे पाहिलं नाही. दोघांना ऑकवर्ड फील होत होतं.

कैवल्यला पोलिसांचा मेसेज आला होता.

"सर, आम्ही त्या व्यक्तीला ताब्यात घेतलं आहे. तुमचे पाच लाख लवकरच तुमच्या अकाउंटमध्ये पुन्हा जमा होतील."

मेसेज वाचून तो खूष झाला.

"थँक यु सो मच, इन्स्पेक्टर." त्याने रिप्लाय दिला

त्याने एकदा हर्षिताकडे पाहिलं. तिला याबद्दल सांगावं असं त्याला वाटत होतं, पण थोड्यावेळापूर्वी त्यांच्यात जे झालं त्यामुळे त्याला तिच्यासमोर जाऊन बोलण्याची हिम्मत होत नव्हती.

दुसऱ्यादिवशी सकाळी कैवल्य आणि हर्षिता एकत्रच घरातून बाहेर पडले. निघायच्या आधी पण ते दोघे रूममध्ये बसून हळूहळू काही बोलत होते. हे सगळं मॉम ने पाहिलं होतं. आता ते एकत्र घराच्या बाहेर गेलेले पाहून मॉमच्या मनात परत विचार यायला लागले.

मॉम ने तृप्तीकडे पाहिलं. तृप्तीला मॉमच्या नजरेतून ती काय विचार करत असेल हे कळलं. तिने मॉमकडे पाहून मान नकारार्थी हलवली.

ते दोघे हॉस्पिटलच्या बाहेर उभे होते.

"कैवल्य, तू आत जा. डॉ. लेले जेव्हा तुझ्यासमोर असतील तेव्हा मला फोन कर. मी आत येईन."ती म्हणाली

"हर्षिता, आपण बाकी सगळं तर ठरवलं, पण डॉ. लेलेंनी विचारलं मला काय होतंय तर काय सांगायचं हे तर ठरवलंच नाही."

"हं..तुझ्या पोटात दुखतं म्हणून सांग."

"ओके."

तो हॉस्पिटलच्या आत जात होता तेव्हा तिने त्याला थांबवलं. त्याने मागे वळून पाहिलं.

"ऑल द बेस्ट." तिने अंगठा दाखवून म्हटलं

"तुलाही." तो हसून म्हणाला

तिने स्मित केलं.

डोअर बेल वाजली. गिरीश ने येऊन दरवाजा उघडला. समोर रिचा उभी होती. तो तसाच तिच्यासमोर उभा होता. त्याला कैवल्य ने स्ट्रिक्ट वॉर्निंग दिली होती की कोणत्याही परिस्थितीत रिचाला घरात घ्यायचं नाही.

"अरे, बाजूला हो. मला आत येऊ दे." रिचा म्हणाली

तरी तो बाजूला झाला नाही.

"कोण आहे गिरीश?" मॉम ने बाहेर येऊन विचारलं

गिरीश थोडा बाजूला झाला. मॉम ने रिचाला पाहिलं.

"आता का आली आहेस इथे?" मॉम ने पुढे येत विचारलं

"माझी एक वस्तू इथे राहिली आहे. तीच घ्यायला आलेय." रिचा म्हणाली

"कोणती वस्तू? गिरीश ला सांग. तो आणून देईल."

"नो! त्याला नाही सापडणार. मलाच घ्यावी लागेल. मी ती वस्तू घेऊन निघून जाईन. ट्रस्ट मी!"

मॉम ने थोडा विचार करून तिला आत यायची परमिशन दिली.

"कैवल्य, आता मी बघते तू मला प्रॉपर्टी कशी देणार नाहीस ते."

रिचा खुनशी हास्य देऊन तिच्या रूममध्ये गेली.

डॉ. लेले आधीच्या पेशंटच्या फाईलमधले पेपर्स नीट लावत होते. कैवल्य त्यांच्याकडे बघत शांतपणे बसला होता. त्यांचं काम झाल्यावर त्यांनी डोळ्यावर लावलेला चष्मा काढून टेबलावर ठेवत कैवल्यकडे बघितलं.

"हं..काय होतंय तुम्हाला?" डॉ. लेलेंनी विचारलं

"माझं पोट दुखतं."

"अच्छा! कधी दुखतं? काही खाल्ल्यावर दुखतं की खायच्या आधी दुखतं?"

"हं..खाल्ल्यानंतर."

"हम्म! या. इथे झोपा." डॉ लेले उठून उभे राहिले

कैवल्य तिथे असलेल्या बेडवर लोळला. त्याने आधीच हर्षिताला फोन लावला होता. त्याच्या कानात इअरबड्स लावलेले होते. डॉ. लेले त्याचं चेकअप करत होते.

"हॅलो. येऊ का आत?" तिने विचारलं

"हं.." तो हळूच म्हणाला

"ओके."

तिने फोन कट केला.

चेकअप झाल्यावर डॉ. लेले टेथस्कोप उलटा गळ्यात घालून खुर्चीत बसले. टेबलावरचा चष्मा परत डोळ्यावर लावून त्यांनी कागदावर दोन

गोळ्यांची नावं लिहिली.

"हे बघा, ही गोळी दुपारी जेवल्यानंतर घ्या आणि ही गोळी रात्री जेवल्यानंतर. दहा दिवस घ्या. बरं वाटेल." डॉ. लेलेंनी कागद त्याच्याकडे दिला

"डॉ. लेले, माझ्या मिसेसला तुम्हाला काही विचारायचं होतं." कैवल्य म्हणाला

"अच्छा! कुठे आहेत त्या? आल्यात का बरोबर?"

"हो."

"मग बोलवा ना."

"नमस्कार!" हर्षिता आत आली

तिला पाहून डॉ. लेले घाबरले.

"मला तर तुम्ही ओळखलं असेल. हो ना?" हर्षिता खुर्चीत बसत म्हणाली

"हं..हो. ओळखलं." ते खोटं हसत म्हणाले

"डॉ. लेले, मी तुम्हाला फोन केला होता तेव्हा मी तुम्हाला जे विचारलं होतं त्याचं उत्तर तुम्ही मला दिलं नाहीत. तेव्हाच जर तुम्ही उत्तर दिलं असतं तर मला इथे यायलाच लागलं नसतं."

"क..काय विचारलं होतं तुम्ही?" त्यांनी आठवत नसल्याचं नाटक केलं

हर्षिता ने कैवल्यकडे बघितलं. कैवल्य ने मान हलवली.

"डॉ. लेले, तुम्हाला काही आठवत नाही असं नाटक करून उगीच वेळ वाया का घालवता. तुम्हाला जे काही माहीत आहे ते स्पष्ट सांगून टाका." कैवल्य डॉ लेलेंच्या खुर्चीमागे उभा राहत त्यांच्या दोन्ही खांद्यावर हात ठेवून म्हणाला

डॉ. लेलेंना एसी चालू असून घाम फुटला होता. त्यांनी खिशातून रुमाल काढून घाम पुसला.

"अं..हे बघा, मला तुम्ही जे विचारत आहात त्याबद्दल काही माहीत नाहीये. तुम्ही माझा वेळ वाया घालवू नका. माझे अजूनही पेशंट वाट बघत असतील." ते कसंबसं म्हणाले

"डॉ. लेले, काही माहीत नसून तुम्ही एवढे घाबरलेले का आहात? तुम्ही आमच्यापासून काहीतरी लपवत आहात असं का वाटतंय?" हर्षिता म्हणाली

"मी काहीही लपवत नाहीये." ते चिडून म्हणाले

"डॉ. लेले, मुकाट्याने खरं बोला. नाहीतर..."

"नाहीतर काय?" त्यांनी संशयाने विचारलं

"आम्ही पोलिसांना इथे बोलवून घेऊ. मग ते त्यांच्या पद्धतीने तुमच्याकडून सगळं सत्य वदवून घेतील." कैवल्य म्हणाला

डॉ लेले घाबरले.

"पो.. पोलिस कशाला? मी..सांगतो ना."

हर्षिता ने कैवल्यकडे पाहिलं. त्याने तिच्याकडे पाहून डोळा मारला. ती हसली.

"ह...सांगा."

"तुम्हाला ज्या वस्तू मिळाल्या त्या याच हॉस्पिटलच्या मेडिकल मधून घेतलेल्या आहेत. त्याच दिवशी ज्यादिवशी तुमच्या बाबांचे निधन झाले."

"ह...हे तर मला माहीत आहे. पण या वस्तू मला माझ्या सासरी मिळाल्या. त्या वस्तूंचा आणि माझ्या सासऱ्यांचा काहीतरी संबंध आहे असं मला वाटत. तुम्हाला याबद्दल जे माहीत आहे ते सांगा." हर्षिता म्हणाली

कैवल्य उभा राहून त्यांचं बोलणं ऐकत होता. तेव्हा त्याच्या मोबाईलमध्ये मेसेजची ट्यून वाजली. त्याने मोबाईल हातात घेऊन बघितलं. रिचाचा मेसेज होता. त्यात एक व्हिडीओ होती. त्याने तो इग्नोर केला. परत एकदा तशीच ट्यून वाजली. त्याने परत मेसेज बघितला.

"हा व्हिडिओ इग्नोर करू नकोस. समजा तू हा व्हिडिओ इग्नोर केलास तर तू तुझ्या डॅडना पुन्हा बघू शकणार नाहीस."

मेसेज वाचून त्याला टेन्शन आलं. तो हळूच केबिनच्या बाहेर गेला. बाहेर येऊन त्याने तो व्हिडिओ बघितला. त्या व्हिडीओमध्ये रिचा डॅडजवळ उभी होती. तिने डॅडच्या गळ्यावर चाकू धरला होता. डॅड

घाबरून बसले होते. मॉम आणि तृप्ती पण घाबरल्या होत्या.

"कैवल्य, तुला जर तुझ्या डॅडचा जीव प्यारा असेल, तर अर्ध्या तासाच्या आत तू इथे माझ्यासमोर असला पाहिजेस. समजा तुला थोडा जरी उशीर झाला तर...समजलं ना?" व्हिडीओ बंद झाला

डॉ. लेलेंच्या केबिनमध्ये हर्षिता एकटी होती आणि घरी डॅडचा जीव धोक्यात होता. त्याने हर्षिताला तो नेहमी तिच्याबरोबर राहील म्हणून वचन दिलं होतं. पण आता प्रश्न डॅडच्या जीवाचा होता. तो बाहेरूनच हर्षिताची माफी मागून घरी निघून गेला.

"त्यादिवशी मी पुन्हा एकदा तुमच्या बाबांचे चेकअप करण्यासाठी गेलो होतो तेव्हा मी तिथे... एका व्यक्तीला पाठमोरं उभं असलेलं पाहिलं. ती व्यक्ती डॉक्टरांच्या वेशात होती. तुमच्या बाबांची सगळी ट्रीटमेंट मी केलेली असताना माझ्या जागी दुसरे कोणी डॉक्टर इथे का आले हा प्रश्न माझ्या मनात आला. म्हणून मी थोडं पुढे जाऊन बघितलं. समोरचं दृश्य पाहून तर माझ्या पायाखालची जमीनच सरकली. हात पाय थरथरायला लागले. अंग थंड पडलं." डॉ लेले घाबरून सांगत होते

"असं काय पाहिलं तुम्ही? ती व्यक्ती कोण होती?" हर्षिताने विचारलं

"ती व्यक्ती म्हणजे तुमचे सासरे, किशोर देशमुख होते. त्यांनी तुमच्या बाबांचा..."

"त्यांनी माझ्या बाबांचा काय डॉक्टर?"

"त्यांनी तुमच्या बाबांचा दोरीने गळा आवळून जीव घेतला होता. मी त्यांना बघितल्यावर त्यांनी माझ्या हातात पैशाचं बंडल ठेवलं. त्यात जवळजवळ पन्नास हजार रूपये होते. त्यांनी मला कोणालाही हे सत्य न सांगण्याची ताकीद दिली. खास करून तुम्हाला."

हे ऐकून हर्षिताच्या पायाखालची जमीन सरकली. तिच्या डोळ्यापुढे अंधारी येऊन एकदम गरगरून तिचा बसल्या बसल्या तोल गेला. ती खुर्चीतून पडून खाली बसली. तिच्या डोळ्यातून घळाघळा पाणी यायला लागले. तिचे डोळे रागाने लाल झाले होते. तिला खूप संताप होत होता.

"किशोर देशमुखssss मी तुम्हाला कधीच माफ करणार नाही...कधीच नाहीsss! मी तुम्हाला तुमच्या या पापाची शिक्षा दिल्याशिवाय शांत बसणार नाही." ती रागाने ओरडून म्हणाली

30

कैवल्य घरी येऊन धावत डॅडच्या रूममध्ये आला. डॅड समोरच खुर्चीत बसले होते. रिचा ने अजूनही डॅडच्या गळ्यावर चाकू धरून ठेवला होता. मॉम आणि तृप्ती त्यांच्यासमोर थोड्या अंतरावर उभ्या होत्या.

कैवल्य ने पुढे येऊन रिचाच्या हातातून चाकू घेऊन खाली फेकून दिला. हे पाहून तृप्ती आणि मॉमच्या जीवात जीव आला.

"रिचा, हे सगळं काय आहे? का वागत आहेस अशी?" त्याने चिडून विचारलं

"कैवल्य, तुला तर माहीत आहे मला तुझ्याकडून काय हवंय ते." रिचा कैवल्यच्या जवळ येत लडिवाळपणे म्हणाली

"हम्म! आणि तुलाही माहीत आहे मी तुला ते कोणत्याही परिस्थितीत देणार नाही." कैवल्य रिचाला दूर करत म्हणाला

"तुला द्यावंऽ लागेल." रिचा ओरडून म्हणाली

कैवल्य हसला.

"का देऊ मी तुला माझी प्रॉपर्टी? तू आहेस कोण माझी?" त्याने तिच्यावर नजर रोखली

"व्हॉट?" रिचाने न समजून म्हटलं

"विदआउट ऍनी रिलेशन, मी माझी प्रॉपर्टी तुला कशी देऊ शकतो?"

"व्हॉट रब्बीश! तुला मी छोटं बाळ आहे असं वाटत का? ज्याला काहीच कळत नाही. आपण सांगू तेच त्याला खरं वाटत. हं?" रिचा वैतागली

"येस. तुझी फक्त उंची वाढली आहे बाकी बुद्धीने तू अजूनही लहान बाळच आहेस."

"कैवल्यss!!" रिचा भडकली

कैवल्य ने चेहरा वेडावाकडा करत कानावर हात ठेवले.

"ओह गॉड! तुझी अशी किंचाळण्याची सवय कधी जाईल हे देवालाच माहीत."

"इनफ इज इनफ! मला तुझी प्रॉपर्टी कोणत्याही परिस्थितीत हवी आहे म्हणजे हवी आहे. मला जर ती मिळाली नाही तर..."

"तर काय?" कैवल्य ने शांतपणे विचारलं

"तर मी.."

"हम्मम. तू काय?"

रिचाने खाली पडलेला चाकू उचलून स्वतःच्या गळ्यावर धरला.

"मी माझा जीव देईन." रिचाने धमकी दिली

"ओके! दे." कैवल्य बेफिकीरपणे म्हणाला

तृप्ती आणि मॉम घाबरल्या.

"कैवल्य, ती रिचा आहे. ती काहीही करू शकते. तिने खरच जीव दिला तर.." मॉम घाबरून म्हणाली

"नो मॉम, ती असं काही करणार नाही."

"कैवल्य, तू मला फॉर ग्रांटेड घेऊ नकोस. मी खरच जीव देईन." रिचा म्हणाली

"मग दे ना. कोणी थांबवलं आहे तुला? आणि समजा तुझी हिम्मत होत नसेल तर मी मदत करतो." कैवल्य म्हणाला

"व्वा! मिस्टर कैवल्य देशमुख, व्वा! तुम्ही पण तुमच्या वडिलांच्या पावलावर पाऊल ठेवलंत. अभिनंदन!" हर्षिता टाळ्या वाजवत रूमच्या आत आली

कैवल्य तिच्याकडे गोंधळून बघायला लागला. मॉम आणि तृप्तीला ही, ती असं का म्हणाली ते कळलं नाही. रिचा पण कपाळावर आठ्या घालून तिच्याकडे पाहत होती. डॅडच्या मनात मात्र शंकेची पाल चुकचुकली.

"हर्षिता, तुला काय म्हणायचं आहे?" त्याने विचारलं

हर्षिता कैवल्यच्या प्रश्नाला इग्नोर करून रिचाला म्हणाली,

"रिचा, तू स्वतःला मारून घ्यायचे कष्ट घेऊ नकोस. हे काम किशोर देशमुख स्वखुशीने करतील. त्यांच्याकडे तर एक्सपीरिअन्स पण आहे."

हर्षिता ने डॅडकडे पाहिलं.

"काय बरोबर ना, किशोर देशमुख?" तिने डॅडकडे पाहून म्हटलं

तिचं बोलणं ऐकून सगळेच आश्चर्यचकित झाले. डॅड तिच्याकडे भेदरून पाहत होते. तिला सगळं समजलं हे कळायला त्यांना जास्त वेळ लागला नाही.

"हर्षिता, ही काय पद्धत झाली बोलण्याची?" मॉम चिडून म्हणाली

"हर्षिता, तू माझ्या डॅडविषयी असं कसं बोलू शकतेस? तुला लाज कशी वाटली नाही त्यांच्याविषयी असं बोलताना?" कैवल्य तिचा दंड पकडत म्हणाला

"त्यांना करताना लाज वाटली नाही तर मला बोलायला लाज का वाटेल?"

कैवल्य ने रागात हर्षिताच्या थोबाडीत मारली. हे पाहून रिचाला खूप आनंद झाला. तो तिच्या चेहऱ्यावर स्पष्ट दिसत होता. हर्षिता ने त्याच्याकडे पाहून हलकं स्मित केलं. तिच्या डोळ्यांच्या कडा ओल्या झाल्या होत्या.

"खूप राग येतोय ना तुला? तुझ्या वडिलांविषयी मी जे काही बोलले ते ऐकून त्रास होतोय ना?" हर्षिता ने त्याच्या डोळ्यात पाहत विचारलं

"ते माझे डॅड आहेत. त्यांच्याबद्दल मी काही चुकीचं ऐकून घेणार नाही."

"कैवल्य, मी फक्त तुझ्या वडिलांविषयी वाईट बोलले तरी तुला एवढा त्रास झाला, राग आला. मी तर माझ्या बाबांना कायमचं गमावलं आहे. तेही तुझ्या वडिलांमुळे. हे समजल्यावर मला किती त्रास होत असेल याचा तू विचार केला आहेस?"

हे ऐकून कैवल्य ने डॅडकडे पाहिलं. त्यांच्या डोळ्यातून पाणी येत होते. मॉम, तृप्ती आणि रिचा गोंधळून हर्षिताकडे पाहत होत्या. त्यांना काहीच कळत नव्हतं.

"हर्षिता, तुला नक्की काय म्हणायचं आहे ते स्पष्ट बोल. असं कोड्यात बोलून कोणाला काहीच समजणार नाही. उलट गैरसमज वाढतील." मॉम म्हणाली

"येस. तू तुझ्या बाबांना माझ्या डॅडमुळे गमावलं याचा काय अर्थ होतो?" कैवल्य म्हणाला

"हे तू तुझ्या डॅडनाच विचार. तेच सांगतील तुला. कारण मी काहीच सांगू शकणार नाही. त्या गोष्टीचा विचार करून पण मला खूप त्रास होतोय." तिचे डोळे पाण्याने भरले होते

कैवल्य ने डॅडकडे पाहिलं. हर्षिताच बोलणं ऐकून त्यांच्या चेहऱ्यावरचे भाव बदलले होते. त्यांना तर एकावर एक धक्के मिळत होते. मॉम आणि तृप्ती पण तिचं बोलणं ऐकून चकित झाल्या होत्या.

"हर्षिता, तू काय डोक्यावर वैगरे पडली होती का? याच्या डॅडना बोलता येत नाही. एवढं पण लक्षात नाही का तुझ्या?" रिचा म्हणाली

"ते बोलू शकतात, रिचा." कैवल्य म्हणाला

"व्हॉट?" रिचा आ वासून त्याच्याकडे बघायला लागली

"कैवल्य, हे तू काय..."

मॉम पुढे काही बोलणार त्याआधी कैवल्य मधे म्हणाला,

"मॉम, हे खरं आहे. मी डॅडना बोलताना ऐकलं आहे."

मॉमचा त्याच्या बोलण्यावर काही विश्वास बसला नाही. मॉम ने डॅडजवळ येऊन विचारलं,

"अहो, तुम्ही खरचं...बोलू शकता?"

डॅड सगळ्यांवर एक नजर फिरवून कापऱ्या आवाजात म्हणाले,

"हो. मी...बोलू शकतो."

त्यांना बोलताना ऐकून मॉम आणि तृप्ती खूप खूष झाल्या. मॉम ने खूष होऊन देवाला हात जोडले. तृप्तीने त्यांना मिठी मारली.

"डॅड, तुम्ही बोललात. फायनली! ओह गॉड! आय एम सो मच हॅपी." तृप्ती म्हणाली

डॅडनी तृप्तीच्या डोक्यावर प्रेमाने हात फिरवला. कैवल्य डॅडजवळ आला.

"डॅड, हर्षिता जे म्हणाली त्याचा अर्थ काय होतो? तिने तुमच्यामुळे तिच्या बाबांना गमावलं म्हणजे काय? तुम्हाला काही माहीत आहे का याबद्दल?" त्याने विचारलं

सगळे, ते काय म्हणतात ते ऐकण्यासाठी त्यांच्याकडे बघत होते. डॅड काही न बोलता खुर्चीतून उठून हर्षिताच्या समोर हात जोडून उभे राहिले. त्यांच्या नजरेत तिला, त्यांना होणाऱ्या पश्चात्तापाची भावना दिसत होती. बाकी सगळे मात्र त्यांच्या या कृतीने चकित झाले होते.

31

डॅड हर्षितासमोर हात जोडून उभे होते. त्यांना होणारा पश्चाताप तिला त्यांच्या नजरेत दिसत होता.

कैवल्य लगेच पुढे आला.

"डॅड, हे तुम्ही काय..."

"मी दोषी आहे. गुन्हा झालाय माझ्याकडून. मी..माझ्या या..या हाताने.." डॅड आपल्या हाताकडे बघत रडायला लागले

"या हाताने माझ्या सर्वात प्रिय मित्राचा..गळा आवळून जीव घेतला. या पोरीच्या डोक्यावर असलेलं बापाचं छत्र हिरावून घेतलं. माफ कर, पोरी मला माफ कर." डॅड हात जोडून ओक्षाबोक्शी रडत होते

हर्षिता ही रडत होती. मॉम, तृप्ती आणि कैवल्यला तर खूप मोठा धक्का बसला होता. रिचाने स्वतःच्या तोंडावर हात ठेवला. मॉम डोक्याला हात लावून मटकन खालीच बसली.

"मॉम." तृप्ती तिला सांभाळायला खाली बसली

कैवल्य स्तब्ध एखाद्या पुतळयासारखा उभा होता. त्याने त्याच्या डॅडच्या तोंडून आता जे काही ऐकलं होतं त्यावर विश्वास ठेवणं त्याला अशक्य झालं होतं.

सगळेच एकदम शांत झाले होते. कोणी काही बोलत नव्हतं. प्रत्येकाच्या चेहऱ्यावर वेगवेगळे भाव दिसत होते.

"का केलंत असं? काss? माझ्या बाबांचा जीव घेऊन काय मिळालं तुम्हाला?" हर्षिता ने रडतच विचारलं

डॅडनी दीर्घ श्वास घेऊन स्वतःला नॉर्मल केलं. कैवल्य ही आता थोडा सावरला होता. त्यालाही त्याच्या डॅडनी असं का केलं ते जाणून घ्यायचं होतं. डॅडनी जे काही झालं ते सांगायला सुरुवात केली.

"तुला तर माहीत आहे, रवींद्र माझ्याबरोबर माझ्या कंपनीमध्ये एका प्रोजेक्टमध्ये माझी मदत करत होता. त्या प्रोजेक्टसाठी आम्ही खूप मेहनत घेतली होती. बऱ्याच कंपनीज ने या प्रोजेक्टसाठी आमच्या कंपनीत त्यांचे करोडो रुपये गुंतवले होते. प्रोजेक्ट सक्सेस झाल्यावर प्रत्येक कंपनीला त्यांनी गुंतवलेले पैसे आम्ही परत देणार होतो. पण ऐनवेळेस आमच्याकडून तो प्रोजेक्ट काढून घेण्यात आला. आमचं खूप मोठं नुकसान झालं."

"आमच्याकडून प्रोजेक्ट काढून घेतल्यावर जेव्हा आम्ही याचं कारण विचारलं, तेव्हा आम्हाला समजलं आमच्या ऑफिसमधल्या कोणीतरी त्या प्रोजेक्टची सगळी इन्फॉर्मेशन लिक केली होती. जेव्हा आम्हाला हा प्रोजेक्ट मिळाला होता, तेव्हा आम्हाला एक वॉर्निंग देण्यात आली होती की या प्रोजेक्टची इन्फॉर्मेशन कुठेही लिक होता कामा नये."

हर्षिता डॅडना मध्ये थांबवत म्हणाली,

"एक मिनिट, हे माझ्या प्रश्नाचं उत्तर नाहीये मिस्टर देशमुख."

"हर्षिता, प्लिज माझं बोलणं पूर्ण ऐकून घे. तुला आणि बाकी सगळयांनाही सगळ्या प्रश्नांची उत्तरं मिळतील." डॅड म्हणाले

हर्षिता ने मान हलवली.

"आम्हाला हे समजत नव्हतं ही इन्फॉर्मेशन लिक कोणी केली. तेव्हा आमच्या कंपनीत काम करणारा एक इम्प्लॉयी, सतीश घोरपडे, त्याने मला एकट्याला भेटायला बोलवलं. मी त्याला भेटलो तेव्हा त्याने मला जे सांगितलं ते ऐकून मला खूप राग आला. त्याने मला सांगितलं, ती इन्फॉर्मेशन रवींद्र ने लिक केली आहे."

हर्षिताला हे ऐकून धक्का बसला.

"काय? बाबा असं करणं शक्यच नाही. त्यांनी तर किती मेहनत घेतली होती त्या प्रोजेक्टसाठी." हर्षिता म्हणाली

"अगदी बरोबर! पण त्यावेळेस मी हा विचार केला नाही. मी स्वार्थी झालो. माझं नुकसान माझ्याच मित्रामुळे झालं हे ऐकून मला संताप होत

होता."

"तेव्हाच तू प्रेमविवाह केलास. आधी प्रोजेक्ट गेल्याचं दुःख आणि त्यात तू असं लग्न केलंस याचं दुःख यामुळे रवींद्रला अटॅक आला. तो हॉस्पिटलमध्ये ॲडमिट होता हे मला समजलं होतं. तेव्हा माझ्या मनात त्याच्याविषयी असणारा राग अनावर होऊन मी त्याचा..." डॅड रडायला लागले

डॅडचं बोलणं ऐकून सगळेच हादरले होते. रिचा तर आता चांगलीच घाबरली होती.

"ओह गॉड! यांनी रागात स्वतःच्या मित्राचा जीव घेतला. मी तर यांची कोणी नाहीये. मी जर यांच्यावर प्रॉपर्टीसाठी जबरदस्ती केली, तर माझा जीव घ्यायला हे अजिबात विचार करणार नाहीत. इथून निघून जाण्यातच भलाई आहे. प्रॉपर्टीसाठी मी दुसऱ्या कोणालाही पटवू शकीन, पण माझा जीव गेला तर..नो!"

रिचाने मनात विचार करून कोणाचं लक्ष नाही असं पाहून हळूच तिथून काढता पाय घेतला.

"मी हॉस्पिटलमध्येच होतो तेव्हा मला कंपनीतून एक फोन आला. तेव्हा मला समजलं, प्रोजेक्ट ची इन्फॉर्मेशन लिक करणारा रवींद्र नसून, ज्याने मुद्दामून रवींद्र ला फसवण्यासाठी मला त्याचं नाव सांगितलं त्यानेच म्हणजे सतीश घोरपडे नेच ती इन्फॉर्मेशन लिक केली होती. हे समजल्यावर माझ्या पायाखालची जमीन सरकली. रागाच्या भरात माझ्याकडून एवढा मोठा गुन्हा झाला होता. मी माझ्या निर्दोष मित्राचा जीव घेतला आणि जो खरा दोषी होता तो तर खुला फिरत होता."

"तेव्हाच मी रवींद्रची माफी मागून त्याला एक वचन दिलं. ज्याने तुला फसवण्यासाठी हे सगळं केलं त्या सतीश घोरपडेला मी सोडणार नाही. ते वचन मी पूर्ण केलं. मी त्याला नोकरीवरून काढून टाकलं. माझ्या ओळखीच्या सगळ्या कंपनीज ना त्याला कामावर न ठेवण्याची वॉर्निंग दिली. त्याच्यामुळे मी माझ्या मित्राचा जीव घेतला होता. त्याला याची शिक्षा म्हणून जिवंतपणे मरण यातना मिळाव्या याच हेतूने मी हे सगळं केलं. त्यानंतर घाबरून मी पकडला जाऊ नये म्हणून सगळे पुरावे घराच्या स्टोअर रूममध्ये लपवले आणि रवींद्र गेल्याचा धक्का बसून

माझी वाणी गेली असं नाटक सुरू केलं."

हर्षिता हे सगळं ऐकून थरथर कापायला लागली. ती ज्या सतीश घोरपडेच्या सांगण्यावरून देशमुख परिवाराला फसवून त्यांची प्रॉपर्टी त्याच्या नावावर करणार होती, तोच खरा दोषी होता. ज्याच्यामुळे तिने तिच्या बाबांना गमावलं होतं. ती मागे मागे सरकत भिंतीला जाऊन टेकली. तिच्या शरीरातलं सगळं अवसान गळून पडलं. ती तोंडावर हात ठेवून रडत खाली बसली.

कैवल्यला तिची अवस्था पाहून खूप वाईट वाटत होतं. तो तिच्याजवळ येऊन खाली बसला. त्याने तिला आपल्या मिठीत घेतलं. तिने ही त्याला घट्ट मिठी मारली. तो तिच्या डोक्यावरून हात फिरवत तिला शांत करत होता. त्याने तिला आपल्यापासून दूर करून तिचा चेहरा आपल्या हाताच्या ओंजळीत पकडला. ती मुसमुसत होती.

तिने आपले डोळे मिटले. त्याने तिच्या कपाळावर ओठ टेकवले. ती त्याला दूर करून आपल्या डोळ्यातलं पाणी पुसून डॅडच्या समोर जाऊन उभी राहिली. डॅड अजून हात जोडून उभे होते. तिने मान नकारार्थी हलवत त्यांचे हात खाली केले.

"आता हात जोडायची वेळ माझी आहे."

हर्षिता ने त्यांच्यासमोर आपले हात जोडले. सगळयांना हे पाहून आश्चर्य वाटलं.

"मी या घरात एका उद्देशाने आले होते. तो उद्देश तुम्हाला बरं वाटण्याचा नव्हता. ते फक्त एक कारण होतं या घरात येण्यामागचं. माझा उद्देश तुम्हाला आणि तुमच्या परिवाराला रस्त्यावर आणण्याचा होता. तो ही एका व्यक्तीच्या सांगण्यावरून."

हे ऐकून सगळ्यांना धक्का बसला.

"कोणाच्या सांगण्यावरून तू हे करत होतीस?" डॅडनी विचारलं

"तुम्ही त्या व्यक्तीला चांगलं ओळखता."

"कोण?"

"सतीश घोरपडे."

32

"सतीश ने तुला काय सांगितलं?" डॅडनी विचारलं

"सतीश घोरपडे ने मला सांगितलं, त्याची काही चूक नसताना तुम्ही त्याला नोकरीवरून काढून टाकलं आणि दुसऱ्या कुठल्याही कंपनीत त्याला काम करू दिलं नाहीत. या सगळ्यामुळे त्याला आणि त्याच्या परिवाराला खूप हलाखीच्या परिस्थितीला सामोरं जावं लागलं. कित्येक दिवस ते उपाशी होते. तुम्ही खूप स्वार्थी आहात आणि बरंच काही सांगितलं." हर्षिता म्हणाली

"तू या सगळ्यावर विश्वास ठेवलास?" कैवल्य ने विचारलं

"नाही. माझा जराही विश्वास नव्हता त्याच्या बोलण्यावर."

"तू मगाशी म्हणालीस या घरात येण्यासाठी तुला एक कारण हवं होतं. ते तुला डॅडमुळे मिळालं. याचा अर्थ हाच होतो की तू त्याच्या सांगण्यावरूनच या घरात आलीस. पण तुझा त्याच्या बोलण्यावर विश्वास नव्हता. असं कसं शक्य आहे?"

"त्याने मला ब्लॅकमेल केलं होतं. त्याने मला धमकी दिली होती की, जर मी त्याचं ऐकून तुमची प्रॉपर्टी त्याच्या नावावर केली नाही तर तो माझ्या अयानचा जीव घेईल. मी हे सगळं फक्त माझ्या अयानचा जीव वाचवण्यासाठी करत होते."

"व्हॉट?" कैवल्यला धक्का बसला

"तो सतीश असाच होता पहिल्यापासून. त्याचं वागणं ऑफिसमध्ये कोणालाही आवडायचं नाही. तो बऱ्याच जणांना अश्या धमक्या देऊन त्याची कामं करून घ्यायचा. आताही त्याने तेच केलं. त्याने हे काम

करण्यासाठी तुलाच निवडलं. कारण त्याला खात्री होती तुझ्यावर कोणी संशय घेणार नाही." डॅड म्हणाले

"हर्षिता, ज्याने तुझ्याकडे पाच लाख मागितले तो हाच होता का?" कैवल्य ने विचारलं

"हो. आय एम सॉरी, कैवल्य. मी त्यावेळेस तुला काही खरं सांगितलं नाही. तुझे पाच लाख गेले या गोष्टीचं मला खरच खूप वाईट वाटतंय." हर्षिता ओशाळून म्हणाली

"नको वाटून घेऊ वाईट. मला ते पाच लाख परत मिळाले आहेत." कैवल्य स्मित करत म्हणाला

"काय? कसे?" हर्षिताला आश्चर्य वाटलं

"तुला आठवत असेल, मी त्यादिवशी तुझ्याकडून त्याचा मोबाईल नंबर घेतला होता. तो मी पैसे ट्रान्सफरसाठी नव्हता घेतला. तो नंबर मी पोलिसांना दिला. पोलिस तो नंबर ट्रेस करत होते. त्याचा फोन ऑन झाल्याबरोबर पोलिसांनी त्याला ताब्यात घेतलं. तो आता जेलमध्ये आहे."

"काय? खरच?"

"हो."

हर्षिता खूष झाली.

"थँक यु!"

"हर्षिता!" कैवल्य ने तिच्याकडे रागाने पाहिलं

"काय झालं?"

"फ्रेंडशिप रुल नं वन, नो सॉरी.."

"नो थँक यु." तिने स्मित केलं

"हं!" तो हसला

"एकाला तर त्याच्या चुकीची शिक्षा मिळाली. आता दुसऱ्यालाही मिळायला हवी." डॅड म्हणाले

"हो बरोबर. मी जे काही केलं ते माझ्या अयानसाठी केलं. पण माझा उद्देश हा वाईटच होता. त्यासाठी मला शिक्षा मिळायलाच हवी." हर्षिता म्हणाली

"हर्षिता, मी तुझ्या शिक्षेबद्दल नाही म्हटलं. मी तर माझ्या शिक्षेबद्दल म्हटलं"

हे ऐकून सगळ्यांना आश्चर्य वाटलं.

"अहो..." एवढ्यावेळ शांत असणारी मॉम उठून डॅडजवळ आली

"हे तुम्ही काय बोलताय? तुम्हाला जर शिक्षा झाली तर आमचं काय होईल?"

डॅड हलकं हसले आणि म्हणाले,

"कांचन, एवढी वर्ष मी माझ्या मनात अपराधीपणाची भावना घेऊन जगत होतो. आता आपला गुन्हा कबूल करून मला खूप बरं वाटतंय. डोक्यावर असलेलं ओझ कमी झाल्यामुळे हलकं वाटतंय. मी एवढी वर्ष मला शिक्षा होईल या भीतीमुळे वाणी गेल्याचं नाटक करत होतो. पण आता असं वाटतंय, मला माझ्याहातून झालेल्या या गुन्ह्याची शिक्षा मिळायलाच हवी. हर्षिता, तू माझ्याविरोधात पोलिस कंप्लेंट कर. मी माझी शिक्षा भोगायला तयार आहे."

मॉम, तृप्ती आणि कैवल्य हर्षिताकडे आशेने बघत होते. तिने कंप्लेंट करायला नकार द्यावा असच सगळ्यांना वाटत होतं. पण काही झालं तरी त्यांनी तिच्या बाबांचा जीव घेतला होता. तिला समजा त्यांना शिक्षा व्हावी असं वाटत असेल तर त्यात काहीच चुकीचं नव्हतं.

"नाही!"

हर्षिताचा नकार ऐकून सगळे खूष झाले.

"मला जेव्हा सत्य समजलं तेव्हा मी ठरवलं होतं, तुम्हाला तुमच्या या पापाची शिक्षा दिल्याशिवाय शांत बसणार नाही. पण इथे आल्यावर मला पूर्ण सत्य समजलं तेव्हा मी तो विचार माझ्या मनातून काढून टाकला."

"हर्षिता, मला खरच मनापासून माझ्या पापाची शिक्षा भोगायची आहे. तू कंप्लेंट कर."

"मी नाही करणार."

"ठीक आहे. तू कंप्लेंट नाही केलीस, तरी मी स्वतः पोलिस स्टेशनमध्ये जाऊन माझा गुन्हा कबूल करीन." डॅड ठामपणे म्हणाले

"अहो..तुम्ही..."

"नाही कांचन. मी जर आता शिक्षा भोगली नाही, तर वर जाऊन मी रवींद्रला माझं तोंड दाखवू शकणार नाही. हर्षिता, मी तुला शेवटचं विचारतो, तू कंप्लेंट करणार आहेस की मी स्वतः जाऊन माझा गुन्हा कबूल करू?"

हर्षिताने कैवल्य, मॉम आणि तृप्तीकडे पाहिलं.

"डॅड तर आता आपलं ऐकणार नाहीत. तू ते म्हणतात तसं कर." कैवल्य म्हणाला

"पण माझं मन तयार होत नाहीये." हर्षिता म्हणाली

"ते तर कोणाचंही तयार होणार नाही. पण कैवल्य म्हणाला ते बरोबरच आहे. ते आता आपलं ऐकणार नाहीत." मॉम उदास होऊन म्हणाली

"ओके. आता तुम्ही सगळे म्हणत आहात तर..करते मी कंप्लेंट." हर्षिता म्हणाली

"डॅड, प्लिज तुम्ही पुन्हा एकदा याचा विचार करा. आमच्यापासून लांब तुम्ही कसे राहाल?" तृप्ती म्हणाली

"तृप्ती, मी माझ्या मनाची पूर्ण तयारी केली आहे. तुम्हाला ही तशी करावी लागेल. सुरवातीला कठीण जाईल, पण नंतर होईल सवय. आणि मी काय कायमचा तुमच्यापासून लांब जाणार नाही. काही वर्षांनी येईनच परत."

तृप्ती ने डॅडना मिठी मारली. कैवल्य आणि मॉम पण त्यांच्याजवळ आले. डॅडनी सगळ्यांना आपल्याजवळ घेतलं. सगळेच इमोशनल झाले होते.

"कैवल्य, मी नसताना हर्षिताची नीट काळजी घे. तुम्ही दोघे नेहमी खूष रहा."

डॅडच बोलणं ऐकून मॉम ने तृप्तीकडे पाहिलं. तृप्ती ने मान हलवत खांदे उडवले. कैवल्य हर्षिताकडे पाहून काही न बोलता त्याच्या रूममध्ये निघून गेला. हे पाहून हर्षिता उदास झाली.

"काय झालं हर्षिता?" तिला उदास पाहून डॅडनी विचारलं

"बाबा, मी आता इथे नाही राहणार. माझं आणि कैवल्यच लग्न हे एक कॉंट्रॅक्ट मॅरेज होतं." हर्षिता म्हणाली आणि तिच्या रूममध्ये

जायला मागे वळली.

33

हर्षिता तिच्या रूममध्ये जायला मागे वळली.

"हर्षिता."

कैवल्य ने तिला आवाज दिला. तिने मागे वळून त्याच्याकडे पाहिलं. त्याच्या हातात त्यांच्या कॉंट्रॅक्टची फाईल होती.

"तू अशी इथून जाऊ शकत नाहीस. तुला डॅडनी, मॉम ने जरी माफ केलं असलं, तरी तुला शिक्षा मिळेलच." तो म्हणाला

मॉम, डॅड आणि तृप्तीला हे ऐकून आश्चर्य वाटलं. ती सुद्धा चकित झाली.

"कैवल्य, तू हे काय बोलत आहेस? कसली शिक्षा?" डॅड म्हणाले

"आयुष्यभर माझ्याबरोबर माझी बायको म्हणून आणि तुमची सून म्हणून या घरात राहायची शिक्षा." तो हसून म्हणाला

हे ऐकून सगळेच खूष झाले. हर्षिताचा तर तिने आता जे ऐकलं त्यावर अजिबात विश्वास बसत नव्हता. ती एकदम स्तब्ध झाली होती.

कैवल्य तिच्यासमोर येऊन उभा राहिला. त्याने फाईलमधून सगळे पेपर्स बाहेर काढून फाडून टाकले आणि फाईल खाली फेकून दिली.

"कैवल्य, हे तू काय..."

कैवल्य ने तिच्या ओठावर बोट ठेवलं.

"शु..! आता तू काही बोलू नकोस. पहिले माझं पूर्ण ऐकून घे. जेव्हा मी सांगीन तेव्हाच बोल. ओके?"

तिने मान हलवली.

"हर्षिता, तुला हा प्रश्न पडला असेल मी अचानक असा निर्णय का घेतला. बरोबर?"

तिने परत मान हलवली.

"माझ्या डॅडच्या चुकीमुळे तू तुझ्या बाबांना गमावलंस. तुला त्यांच्याकडून जे प्रेम पुढेही मिळालं असतं त्यापासून तू वंचित राहिलीस. तू ज्या प्रेमापासून वंचित राहिली आहेस त्याच प्रेमापासून अयानसुद्धा वंचित आहे. त्याला तर कधीच वडिलांचं प्रेम मिळू शकलं नाही. पण यापुढे असं होणार नाही. मी त्याला आपला मुलगा मानून माझ्याकडून जेवढं शक्य होईल तेवढं प्रेम द्यायचा प्रयत्न करीन. त्याच्या सर्व इच्छा पूर्ण करीन."

"डॅड त्यांची शिक्षा भोगायला तयार आहेत. ते तर ती भोगतीलच, पण तरीही हे माझं, त्यांच्याकडून झालेल्या गुन्ह्याचं एक प्रायश्चित्त असेल."

कैवल्यचं बोलणं ऐकून हर्षिताचे डोळे पाणावले. एवढं सगळं होऊनही तो आपल्या अयानचा विचार करत आहे हे तिच्यासाठी नक्कीच सुखावह होतं.

"आपण आपलं नातं आता नव्याने सुरू करू. या नात्यात कोणतेही रुल्स नसतील. असेल फक्त एकमेकांची साथ आणि एकमेकांवर असणारा विश्वास."

"सो, मिसेस हर्षिता, तुम्ही तयार आहात तुमची शिक्षा भोगण्यासाठी?" त्याने हसून विचारलं

ती फक्त त्याच्याकडे पाहत होती. तिला काय बोलावं तेच समजत नव्हतं. हो म्हणावं की नाही.

"काय झालं? तू काही बोलत का नाहीस?"

"कैवल्य, तूच तर तिला तू सांगेपर्यंत काही बोलू नको म्हणालास. मग तू सांगितल्याशिवाय ती कशी बोलेल." तृप्ती म्हणाली

कैवल्य ने स्वतःच्या कपाळावर हात मारून घेतला.

"हर्षिता, आता तू बोलू शकतेस."

हर्षिता हसली.

"तृप्ती, याने मला सांगितलं होतं बोलू नकोस म्हणून मी बोलत नव्हते असं नाही. मला काय बोलू तेच समजत नव्हतं म्हणून मी गप्प

होते."

"ओह!"

"यात न समजण्यासारखं काय आहे? तुला हो म्हणायचं आहे आणि आता कायमचं आमच्यासोबत या घरात आमची सून आणि कैवल्यची बायको म्हणून राहायचं आहे." मॉम म्हणाली

"अगदी बरोबर!" कैवल्य मॉमच्या बोलण्याला दुजोरा देत म्हणाला

"पण..."

"पण बिण काही नाही. तुला इथे राहायचं आहे म्हणजे राहायचं आहे. समजा तू नाही म्हणालीस तर तुला खुर्चीला बांधून ठेवीन." तृप्ती म्हणाली

तृप्तीचं बोलणं ऐकून सगळे हसायला लागले.

"हर्षिता, प्लिज!" कैवल्य कळवळून म्हणाला

"ओके. मी तयार आहे." ती स्मित करत म्हणाली

"थँक यु! थँक यु..!"

मॉम,डॅड आणि तृप्ती खूष झाले. कैवल्य खूष होऊन तिला मिठी मारायला गेला. मागे सगळे उभे आहेत असा इशारा करून ती मागे सरकली. त्याने मागे वळून बघितलं. सगळे त्यांच्याकडे बघत गालातल्या गालात हसत होते. हे पाहून तो पण मागे सरकला.

"काय झालं, कैवल्य? तू असा थांबलास का?" तृप्ती ने मुद्दामून त्याला चिडवण्यासाठी विचारलं

"काही नाही. असच." तो केसातून हात फिरवून म्हणाला

"तू असं काही करणार होता का, जे तू आमच्यासमोर नाही करू शकत?"

तृप्ती ने गालातल्या गालात हसत विचारलं. मॉम ने तिच्या हातावर चापट मारली.

"शट अप!" तो वैतागून म्हणाला

त्याला वैतागलेले पाहून सगळे हसायला लागले. हर्षिता पण गालातल्या गालात हसत होती. तिला हसताना पाहून त्याच्या ओठावर देखील हलकं हसू उमटलं.

"कैवल्य, तुमचं लग्न हे एक कॉंट्रॅक्ट मॅरेज होतं. कॉंट्रॅक्ट संपलं म्हणजे आता तुमचं ते लग्न अमान्य झालं. याचा अर्थ तुम्हाला आता पुन्हा लग्न करावं लागेल." डॅड म्हणाले

"हो. हर्षिता, आपण उद्याच कोर्ट मॅरेज करूया. चालेल ना?"

"हो चालेल."

"हर्षिता, तू डॅडच्या विरोधात जी कंप्लेंट करणार आहेस ती तू प्लिज उद्या लग्न झाल्यानंतर करशील? कारण मला माझ्या लग्नात माझे डॅड सुद्धा हवे आहेत."

"कैवल्य, तू प्लिज, प्लिज म्हणू नकोस. अरे, खरं सांगायचं तर मला त्यांच्या विरोधात कंप्लेंट करायचीच नाहीये. पण ते ऐकतच नाहीत म्हणून मी करणार आहे. आणि जसं तुला ते आपल्या लग्नात हवे आहेत तसे ते मलाही हवे आहेत. मलाही त्यांचा आशिर्वाद हवा आहे." हर्षिता म्हणाली

हे ऐकून डॅडच्या डोळ्यात पाणी आलं. त्यांनी तिच्याजवळ येऊन तिच्या डोक्यावरून प्रेमाने हात फिरवला.

"नेहमी सुखी राहा." डॅडनी आशिर्वाद दिला

ती हसली.

दुसऱ्यादिवशी सगळे तयार होऊन कोर्टात आले. कैवल्य ने आदल्यादिवशीच वकिलांशी बोलून वेळ ठरवली होती. त्या वेळेला त्याचे आणि हर्षिताचे कोर्ट मॅरेज होणार होते. हर्षिताने तिच्या आईला फोन करून सगळं कळवलं होतं. ती सुध्दा अयानला बरोबर घेऊन कोर्टात आली होती. कैवल्य आणि हर्षिता एकमेकांच्या बाजूलाच बसले होते. अयान हर्षिताच्याजवळ उभा होता.

"मम्मा, आपण इथे का आलो?" अयान ने विचारलं

हर्षिता काही बोलणार त्याआधी कैवल्य म्हणाला,

"अयान, आता तुझी मम्मा आणि मी लग्न करणार. मी तुझा बाबा होणार."

"वॉव!" अयान खूष होऊन टाळ्या वाजवत उड्या मारायला लागला

त्याला खूष पाहून सगळेच खूष होते.

"कैवल्य, हे लग्न व्हायच्या आधी मला तुला काही सांगायचं आहे." हर्षिता म्हणाली

"काय?"

हर्षिताने आजूबाजूला नजर फिरवली. तिथे सगळेच उभे होते.

"इथे नको. आपण थोडं बाहेर जाऊन बोलूया."

"ओके. चल."

कैवल्य आणि हर्षिता मॉम, डॅडना सांगून कोर्टाच्या बाहेर आले. हर्षिता थोडी नर्व्हस होऊन इकडेतिकडे बघत होती.

"काय सांगायचं होतं तुला?" त्याने विचारलं

"ह..?"

"तू म्हणालीस ना, तुला काही सांगायचं आहे."

"हो."

"मग सांग ना."

तिने एक दीर्घ श्वास घेतला. मनाची पूर्ण तयारी करून तिने सांगायचा निर्णय घेतला.

"उफ! ओके. कैवल्य, मला तुला हे सांगायचं होतं की..." ती बोलता बोलता थांबली

"की?"

"कसं सांगू."

"हर्षिता, कैवल्य तुम्हाला बोलवलं आहे." मॉम ने बाहेर येऊन आवाज दिला

"हो आलो. हर्षिता, लवकर." कैवल्य म्हणाला

"हो. मी.. माझं..म्हणजे"

"लिव्ह इट! आता काहीच बोलू नकोस. लग्न झाल्यावर खूप वेळ मिळेल आपल्याला. आता चल लवकर." तो तिचा हात धरत म्हणाला

तो तिचा हात धरून तिला आत घेऊन जायला वळला. त्याबरोबर हर्षिता हिम्मत करून जोरात ओरडली.

"आय लव्ह यू....कैवल्य!" तिने आपले डोळे मिटून घेतले

तिच्या तोंडून आय लव्ह यू ऐकून तो जागच्या जागी थांबला. त्याच्या मनात सुद्धा तिच्याविषयी असणारी प्रेमाची भावना जागृत

झाली होती. पण ती काय म्हणेल हा विचार करून तो शांत होता. त्याने मागे वळून तिच्याकडे पाहिलं. तिने तर अजूनही आपले डोळे घट्ट मिटून घेतले होते. ती घाबरली होती हे तिच्या चेहऱ्यावरून त्याला समजलं. त्याला हसू आलं.

"आय लव्ह यू टू, हर्षिता." तो तिच्याकडे पाहून स्मित करत म्हणाला

हर्षिताने आपले डोळे उघडले.

"क..काय म्हणालास तू?" तिने आश्चर्याने विचारलं

"मी म्हटलं, आय लव्ह यू... टू!"

"म्हणजे... तुझंही माझ्यावर प्रेम..."

"येस."

त्याने आपले दोन्ही हात दोन्ही बाजूला हवेत पसरले. ती लगेच त्याच्या मिठीत शिरली. त्याने तिच्या पाठीवर आपले दोन्ही हात ठेऊन ती मिठी घट्ट केली.

"तुझं माझ्यावर प्रेम आहे हे तू मला आधी का नाही सांगितलं?" तिने त्याच्या मिठीतून दूर होत विचारलं

"तू तरी कुठे सांगितलंस मला?" तो नाराज होत म्हणाला

तिचा चेहरा पडला.

"हे.. हर्षि..सॉरी. मी गम्मत करत होतो."

"ओ..कैवल्य, गम्मत वैगरे नंतर करत बसा. पहिले लग्न करा. किती वेळ झाला सगळे वाट पाहत आहेत तुमची. चला लवकर." तृप्ती वैतागत म्हणाली

हर्षिता आणि कैवल्य एकमेकांकडे पाहून हसले.

"हो आलो."

हर्षिता कैवल्य चे कोर्ट मॅरेज झाले. दोघांनी सह्या करून एकमेकांच्या गळ्यात हार घातले. कैवल्य ने तिच्या गळ्यात मंगळसूत्र घातलं. सगळ्यांनी टाळ्यांचा कडकडाट केला. दोघांनी मॉम, डॅड आणि हर्षिताच्या आईचा आशिर्वाद घेतला. तृप्ती ने त्या दोघांना एकत्रच मिठी मारली.

"मम्मा...." अयान तिच्याजवळ आला

हर्षिता आणि कैवल्य ने एकदमच अयानच्या दोन्ही गालावर ओठ टेकवले. त्याने खूष होऊन टाळ्या वाजवल्या.

काही वर्षांनंतर....

आज डॅड त्यांची शिक्षा भोगून परत घरी येणार होते आणि याच दिवशी कैवल्य आणि हर्षिताच्या लग्नाचा वाढदिवसही होता. त्यासाठी घरात सजावटीचे काम चालू होते. आता अयान आणि हर्षिताची आई पण कैवल्यच्या सांगण्यावरून त्यांच्याबरोबरच राहत होती.

"मी तुम्हाला म्हटलं होतं, सगळीकडे एकाच रंगाची फुलं लावू नका. तरी तुम्ही तीच चूक केली!" कैवल्य भडकला

"काय झालं?" हर्षिता ने रूममधून बाहेर येत विचारलं

"हे बघ ना..मी यांना सांगितलं होतं एंट्रन्सला जी फुलं लावणार तीच सगळीकडे लावू नका. वेगवेगळी लावा. पण यांनी सगळीकडे सेम फुलं लावली."

"मग काय झालं! ही पण छान दिसत आहेत. मला तर आवडलं." हर्षिता म्हणाली

"मला पण आवडलं." अयान म्हणाला

"पण मला नाही आवडलं." तो म्हणाला

"मला पण नाही आवडलं."

छोटी आरुषी कंबरेवर हात ठेऊन उभी राहत कपाळावर आठ्या घालून म्हणाली.

सगळ्यांनी तिच्याकडे पाहिलं.

"बघितलंस? आरूला पण नाही आवडलं." कैवल्य हर्षिताकडे पाहून म्हणाला

"हं! तुझी मुलगी तुझ्यासारखीच." हर्षिता मान वळवून म्हणाली

हे ऐकून अयान गालातल्या गालात हसला. कैवल्य ने नाक मुरडलं.

"आरू, तू सांग बरं, इथे कोणती फुलं लावायला हवी?" कैवल्य ने विचारलं

आरुषी एक हात कंबरेवर आणि दुसऱ्या हाताचं एक बोट गालावर ठेऊन विचार करायला लागली.

"बाबा, तू तिला काय विचारतोस. तिला अजूनपर्यंत फक्त एकच फुल माहीत आहे." अयान म्हणाला

"कोणतं?"

"तीच सांगेल."

बराचवेळ विचार करून आरुषी म्हणाली,

"पप्पा, गुलाब!"

अयान हसायला लागला. कैवल्य ने कपाळावर हात मारून घेतला.

"सी...मी म्हटलं होतं." अयान ने शर्टाची कॉलर ताठ केली

"दादू, तू का हसतो?"

"माझी बहीण आहेच अशी बुद्धू! तिला बघून हसू येतं." अयान ने तिचे गाल ओढले

"आऊ!" आरुषी ने आपले गाल चोळले

कैवल्य हर्षिताच्या जवळ आला. ते दोघे अयान आणि आरुषीकडे प्रेमाने बघत होते. अयान आपल्या बहिणीशी खेळत होता. कैवल्य ने हळूच हर्षिताला आपल्याजवळ ओढून घेतलं.

"कैवल्य, कंट्रोल. आपली दोन्ही मुलं आपल्यासमोर आहेत. आणि सजावट करण्यासाठी आलेली माणसं पण." हर्षिता त्याला दूर करत म्हणाली

"मग काय झालं? आज आपली ॲनिवरसरी आहे. मला माझं गिफ्ट हवंय." तो तिच्या आणखी जवळ येत म्हणाला

"तुला तुझं गिफ्ट मिळेल. पण रूममध्ये गेल्यावर. ओके?"

ती त्याला दूर करत उठून किचनमध्ये गेली. किचनच्या दारातून वाकून तिने बाहेर पाहिलं. पण तो तिथे नव्हता. तिने आजूबाजूला नजर फिरवली. तो कुठेच नव्हता. तेवढयात तिला त्याने मागून येऊन खेचलं. ती त्याच्या छातीवर जाऊन आदळली.

त्याने तिला तिच्या कंबरेवर हात ठेवून पकडलं होतं. ती त्याच्या डोळ्यात पाहत होती.

"आता कशी जातेस ते बघतो." तो तिच्याजवळ येत म्हणाला

तिने लाजून आपल्या चेहऱ्यावर हात ठेवले. तो हसला. त्याने तिच्या हातावरच आपले ओठ टेकवले. तसं तिने आपले हात बाजूला केले.

"आय लव्ह यू..हर्षिता."

"आय लव्ह यू..टू..कैवल्य."

डॅड घरी आले. हर्षिताने ओवाळून त्यांचं स्वागत केलं. सगळेच आज खूप खूष होते. डॅड सगळ्यांना भेटले. मॉम तर आज खूपच खूष होती. तृप्ती सुद्धा तिच्या नवऱ्याबरोबर आली होती. तृप्तीचं मागच्याच वर्षी लग्न झालं होतं.

"अरे, माझी छकुली कुठे आहे?" डॅडनी इकडेतिकडे बघत विचारलं

छोटी आरुषी तिच्या पप्पाच्या मागे उभी राहून हळूच वाकून डॅडकडे पाहत होती.

"ही पहा." कैवल्य तिला पुढे आणत म्हणाला

"अरे वा! ही तर खूपच गोड आहे. एकदम परी सारखी." डॅडनी हळूच तिच्या गालाला हात लावला

तशी ती खुदकन हसली.

"डॅड, आज आमच्या लग्नाचा वाढदिवस आहे. आम्हाला आशिर्वाद द्या."

हर्षिता आणि कैवल्य ने डॅडचा आशिर्वाद घेतला.

"नेहमी असेच खूष राहा. सुखी राहा." डॅड म्हणाले

"लेट्स कट द केक नाऊ!" अयान म्हणाला

हर्षिता आणि कैवल्य केक कापायला उभे राहिले.

"मला पण कापायचा."आरुषी पाय आपटत म्हणाली

"हो हो. तू पण काप हं.." मॉम म्हणाली

आरुषी, कैवल्य आणि हर्षिताच्या मध्ये जाऊन उभी राहिली. तिनेच कँडल विझवली. सगळे ॲनिवरसरी चे गाणं म्हणत टाळ्या वाजवत होते. कैवल्य, हर्षिता आणि आरुषी ने मिळून केक कट केला. त्या दोघांनी तिला केक भरवला. मग त्यांनी एकमेकांना केक भरवला.

"कैवल्य, हर्षिता तुमच्या दोघांचा एक रोमँटिक डान्स तर व्हायलाच हवा." तृप्ती म्हणाली

त्या दोघांनी एकमेकांकडे पाहिलं. कैवल्य ने स्मित करत त्याचा हात तिच्यासमोर धरला. तिने त्याच्या हातात आपला हात दिला.

"म्युझिक!" तृप्ती ओरडली

त्याबरोबर तिथले सगळे लाईट थोडे डीम झाले आणि गाणं सुरू झालं.

दोघेही त्यांच्या आयुष्यात घडलेल्या सगळ्या गोष्टी विसरून हातात हात घेऊन हळूहळू गाण्याच्या तालावर नाचत होते. आरुषी आणि अयान सुद्धा त्या दोघांभोवती फेर धरून नाचत होते. दोघेही एकमेकांत हरवून गेले होते. दोघे एक झाले होते, कधीही वेगळे न होण्यासाठी.

Made in the USA
Monee, IL
23 August 2025

23955353R00111